Kile Umaarufu Kilichochukua kutoka kwa Upendo

Mapenzi na kuvunjika kwa mahusiano, Volume 1

Timothée Luwewe

Published by Timothée Luwewe, 2026.

KILE UMAARUFU KILICHOCHUKUA KUTOKA KWA UPENDO

First edition. January 30, 2026.

ISBN: 979-8233269400

Written by Timothée Luwewe.

Also by Timothée Luwewe

Amor y rupturas
Lo que la fama le quitó al amor
Intimidad sin privacidad

Amour & Séparation
Ce que la célébrité a arraché à l'amour
Intimité Sans Vie Privée

Liebe & Trennungen
Was der Ruhm der Liebe genommen hat

Love & Breakups
What Fame Took From Love
The Cost of Loving A Celebrity
Love, Lies and Lawsuits
Why Celebrity Relationships Don't Last
Loving a Brand, Not a Person
Breakups Played Out in Public

Famous Love Stories That Failed
What Marriage Costs Us
Intimacy Without Privacy

Mapenzi na kuvunjika kwa mahusiano
Kile Umaarufu Kilichochukua kutoka kwa Upendo
Gharama ya Kupenda Mtu Mashuhuri

الحب والانفصال
ما أخذته الشهرة من الحب

����� �� �������
���������� �� ����� �� ���� ���
����

Standalone
La Destruction D'une Maison

Kile Umaarufu Kilichochukua kutoka kwa Upendo

Jinsi Kuonekana Kunavyounda Upya Ukaribu, Tamaa, na Nafsi

Timothée Luwewe

Tsel editions

Hii ni kazi ya uhalisia. Baadhi ya mifano ni mchanganyiko, na maelezo ya utambulisho yamebadilishwa ili kulinda faragha.

Utangulizi

Kitabu hiki hakikuandikwa kueleza kwa nini mahusiano maarufu hushindwa.

Imeandikwa ili kuelewa athari za kuonekana kwa upendo kabla ya kushindwa kuonekana.

Katika utamaduni wa kisasa, ukaribu unaendelea kuishi chini ya uangalizi. Iwe ni kupitia umaarufu, ushawishi, mafanikio ya kikazi, au uwepo wa kidijitali, mahusiano mengi sasa hufanyika wazi mbele ya hadhira—halisi au ya kufikirika. Hali hii mara nyingi huelezewa kama ya bahati nasibu, hata isiyo na madhara. Tunaambiwa kwamba upendo hubadilika. Kwamba faragha si lazima. Kwamba ustahimilivu hufidia uwazi.

Kitabu hiki kinahoji dhana hizo.

Badala ya kuichukulia umaarufu kama sifa ya utu au jaribio la kimaadili, inautazama uwazi kama nguvu ya kimuundo—nguvu inayounda upya tabia, mamlaka, tamaa, na utu. Wapenzi wanaozingatiwa hapa si hadithi za kuwaonya. Wao ni washiriki katika mazingira yanayozawadia utendaji, mshikamano, na simulizi kwa gharama ya utata, faragha, na mabadiliko.

Hoja inayofuata haiendeshwi na kashfa, wala si ya kujitangaza makosa. Mifano iliyosokotwa katika sura zote ni mchanganyiko wa watu na haitajwi majina kwa makusudi. Kusudi lao si kutambuliwa, bali ni kuakisi hisia. Zipo ili kuangazia mifumo, si kulaani.

Hii pia si kitabu kuhusu kujitenga au hamu ya zamani. Hakidai kurudi kwenye kutojulikana, wala hakipambanini ukosefu wa utambulisho. Kuonekana kunaleta ufikiaji, fursa, na uwezo wa kuchukua hatua. Lakini pia huanzisha shinikizo ambalo upendo mara chache huwa na uwezo wa kuvumilia bila gharama.

Kile umaarufu unachochukua kwa uhakika zaidi kutoka kwa mapenzi si upendo au kujitolea, bali ni uhuru—uhuru wa kutokamilika, kutokuwa na msimamo, na kuwa wa faragha bila matokeo yoyote.

Sura zinazofuata zinafuatilia upotevu huu hatua kwa hatua. Zinaanza na upendo kabla ya kufichuka, kupitia kuwasili kwa hadhira na mamlaka, hadi kwenye utendaji, upweke, hatari, maonyesho, madhara, na hatimaye, swali la iwapo ukaribu unaweza kuwepo bila shahidi kabisa.

Ikiwa kitabu hiki kinatoa chochote kwa msomaji, ni lugha. Lugha kwa ajili ya uzoefu ambao mara nyingi huhisiwa lakini si rahisi kutajwa. Lugha kwa ajili ya uchakavu wa kimyakimya ambao haufanani na drama. Lugha kwa ajili ya mahusiano yanayoishia si kwa janga, bali kwa uchovu.

Kitabu hiki hakinawaomba wasomaji wahukumu wanandoa walio ndani yake.

Inawahoomba wachunguze hali zinazowazunguka.

Utangulizi: Wakati Makofi Yanapochukua Nafasi ya Utulivu

Umaarufu hujitangaza kwa sauti kubwa. Hufika na makofi, utambuzi, kurudiwa kwa jina la mtu katika vinywa visivyozoeleka. Unaahidi uthibitisho na hutoa ushahidi kwamba uwepo wa mtu una umuhimu zaidi ya duara la faragha la familia, wapenzi, na marafiki. Hata hivyo, chini ya kelele zake kuna mabadiliko tulivu zaidi—ambayo hayaonekani kwenye majukwaa au skrini, bali ndani ya mahusiano. Muda mrefu kabla umaarufu kubadilisha taaluma au utambulisho, hubadilisha ukaribu.

Kitabu hiki kinaanza na uchunguzi rahisi: upendo huzaliwa katika ukimya. Sio ukimya halisi, bali utulivu wa hisia—kutokuwepo kwa mashahidi, uhuru dhidi ya maoni, na usalama wa kutotambulika. Upendo unahitaji nafasi isiyotazamwa ili kuchukua umbo. Hukua kupitia lugha ya faragha, midundo inayofanana, na nyakati ndogo sana au zisizo za kipekee kiasi cha kutosha kuelezea kwa mtu mwingine yeyote. Umaarufu huvuruga ukimya huo. Makofi huubadilisha.

Ulimwengu unapotanza kuangalia, upendo hubadilisha msimamo wake. Hujirekebisha. Huweka tahadhari. Hujifunza kutarajia tafsiri. Kile kilichokuwa cha kiholela huwa cha kimkakati. Kile kilichosamehewa kwa siri kikumbukwa hadharani. Kwenye uwepo wa umakini, ukaribu huacha kuwa wa kiasili na huanza kuwa wa makusudi—na ufahamu huo, baada ya muda, huanza kuwa wa kuharibu.

Tunapendelea kufikiria umaarufu kama kitu cha nje ya upendo, shinikizo la kimazingira ambalo mahusiano imara yanaweza kustahimili kwa urahisi. Imani hii inawafariji wasikilizaji na kuwahakikishia wale wanaotafuta umaarufu. Tunaambiwa kwamba ikiwa upendo ni "halisi vya kutosha," utaweza kustahimili chochote. Lakini wazo hili linaelewa vibaya upendo na umaarufu. Upendo si muundo ulio thabiti; ni mchakato hai. Na umaarufu si tu umakini—ni uchunguzi endelevu, nguvu isiyo sawa, na kupoteza faragha kabisa. Haupimi tu upendo. Unaubadilisha.

Makofi si ya upatanishi. Hutoa zawadi kwa matoleo fulani ya watu na kuadhibu wengine. Huinua kujiamini, kuvutia, uhakika, na mafanikio. Hupunguza moyo wa mashaka, utegemezi, mchafukoge wa kihisia, na upinzani. Baada ya muda, watu walio chini ya uangalizi wa kila wakati huanza kujizamea motomoto vichocheo hivi. Hujifunza ni sehemu zipi zao salama kuonyesha na zipi zinapaswa kufichwa. Kujihariri huku kunaweza kulinda taaluma, lakini huharibu ukaribu. Upendo hutegemea sifa hasa ambazo makofi huzikataa.

Kimya huwaruhusu watu kuwa wasio kamili. Huwaruhusu wapenzi kusema kitu kisicho sahihi, kubadili mawazo yao, kujiondoa na kurudi bila kutoa maelezo. Huruhusu mahusiano kukua bila kuwekwa kwenye maandishi. Kwa upande mwingine, makofi yanahitaji mshikamano. Yanahitaji simulizi. Yasisitiza kwamba mahusiano yawe na maana kwa watu wa nje ambao hawaishi ndani yake.

Pongezi zinapochukua nafasi ya ukimya, upendo unakuwa wazi—na uwazi ni hatari. Uhusiano unapoeleweka hadharani, unakuwa rahisi kutumiwa. Ukiwa rahisi kutumiwa, unahukumiwa. Ukishahukumiwa, unasimamiwa. Wenzao huanza kujibu si kwa kila mmoja tu, bali pia kwa hadhira ya kufikirika inayotazama kila mwingiliano wao. Hata faraghani, umma unabaki.

Kitabu hiki hakidai kuwa umaarufu huangamiza upendo bila kuepukika. Mahusiano mengi hushindwa bila hata kuwa kwenye umakini wa umma. Wala hakichukulii ukosefu wa umaarufu kuwa dhamana ya mafanikio ya kihisia. Badala yake, kinachunguza jinsi umaarufu unavyobadilisha mazingira ambayo upendo unapaswa kufanya kazi—na gharama za mabadiliko hayo.

Umaarufu huharakisha mienendo iliyopo katika mahusiano yote: ukosefu wa usalama, ukosefu wa usawa, kutoa dhana kwa wengine, na mahitaji yasiyotimizwa. Katika hali za kawaida, wapenzi huwa na muda wa kushughulikia nguvu hizi polepole. Chini ya umaarufu, kila kitu hutokea haraka na kwa sauti kubwa zaidi. Nguvu hubadilika ghafla zaidi. Utegemezi huonekana zaidi. Mgogoro hufanywa kuwa wa maonyesho.

Marekebisho huwa magumu zaidi kutokana na kumbukumbu, picha za skrini, na kumbukumbu za kudumu.

Makofi yanayozunguka umaarufu mara nyingi huficha uhaba wa kihisia uliokubwa zaidi. Umakini huchukuliwa kimakosa kuwa uhusiano. Kusifiwa huchanganywa na kuelewana. Uthibitisho wa thamani hubadilisha nafasi ya kujulikana. Katika mahusiano ya kimapenzi, mkanganyiko huu ni hatari hasa. Upendo hauishi kwa kusifiwa; huishi kwa kutambuliwa kwa pande zote—hisia ya kuonekana kwa usahihi na kukubalika hata hivyo.

Kadiri umaarufu unavyoongezeka, utambuzi unavyuka. Mpenzi maarufu huonekana kila mahali, lakini mara chache kama walivyo. Mpenzi asiyeonekana sana anaweza kujisikia hakuonekani kabisa. Wote wawili hupitia aina ya kutokuonekana: mmoja amezama katika dhana za watu, na mwingine amefutwa kwa kulinganishwa. Upendo hupata shida kuwepo pale ambapo hakuna mtu anayejisikia anajulikana kikamilifu.

Pia kuna ukatili katika jinsi umaarufu unavyofafanua upya kushindwa. Mahusiano ya kawaida huruhusiwa kushindwa kimyakimya. Yale ya watu maarufu hushindwa hadharani. Mwisho huwa kashfa. Huzuni huwa maudhui. Uponyaji huwa ni ratiba inayopimwa na vichwa vya habari badala ya utayari wa kihisia. Katika mazingira haya, kubaki pamoja kunaweza kuonekana salama zaidi kuliko kutengana, hata wakati upendo tayari umeisha.

Hata hivyo, kuendelea kuwa pamoja chini ya makofi mara nyingi humaanisha kujitoa kafara kwa ukweli. Kimya—aina ileilayo lililokuwa likilinda ukaribu—huchukuliwa na maonyesho. Wapenzi hujifunza kutabasamu licha ya maumivu yasiyotatuliwa, kuonyesha umoja huku wakitengana, kulinda taswira muda mrefu baada ya uhusiano uliouumba kudhoofika.

Kitabu hiki kinahusu kile kinachopotea katika mabadilishano hayo. Nini hutokea kwa upole unapolazimika kutetewa? Nini hutokea kwa hamu inapohitaji kuelezewa sababu zake? Nini hutokea kwa uaminifu wakati faragha haipo tena?

Kwa kuuliza umaarufu unachukua kutoka kwa upendo si kukataa kile unachotoa. Umaarufu unaweza kutoa fursa, usalama, na hisia ya kusudi. Lakini kila zawadi ina gharama, na katika kesi hii, gharama mara nyingi hulipwa kwa hasara ndogo ndogo zinazojilimbikiza: mazungumzo ya kweli machache, nyakati zisizolindwa chache, nafasi chache za kuwa wa kawaida pamoja.

Upendo hauhitaji makofi ili kuishi. Kwa kweli, mara nyingi huishi licha yake.

Sura zinazofuata zinaangazia jinsi umaarufu unavyobadilisha ukaribu katika kila ngazi—ya kihisia, kingono, kisaikolojia, na kimuundo. Zinaangalia jinsi mahusiano yanavyobadilika chini ya ufuatiliaji, jinsi ukosefu wa usawa wa madaraka unavyokua, jinsi upweke unavyodumu waziwazi, na jinsi baadhi ya wanandoa wanavyojaribu—wakati mwingine kwa mafanikio, mara nyingi bila mafanikio—kurejesha utulivu katika ulimwengu unaokataa kuacha kutazama.

Hii si hadithi kuhusu umbeya wa watu mashuhuri au maonyesho. Ni uchunguzi wa ukaribu chini ya shinikizo. Na inaanza hapa, ambapo ukimya ulikuwa ukitawala, kabla ya makofi kujifunza majina yetu.

Sura ya 1: Upendo Kabla ya Mwangaza wa Umma

Kabla ya umaarufu, upendo upo bila mashahidi.

Hii si kuongeza kwa hisia za kimapenzi bali ni ukweli wa kimuundo. Upendo, katika umbo lake la mwanzo na lenye ustahimilivu zaidi, hukua mbali na upimaji. Hukua katika mazingira ambapo hakuna hadhira ya kuwashangaza, hakuna simulizi la kudumisha, hakuna matokeo zaidi ya uhalisia wa kihisia unaoshirikiwa na watu wawili. Kabla ya mwangaza wa umma, upendo hautaridhiki. Sio ishara. Sio mfano wa kuigwa. Unaishiwa tu.

Mahusiano mengi—yake ya watu maarufu au la—huanza bila kujulikana. Watu wawili hukutana bila kujua hadithi yao itasimulwa vipi, au kama itawahi kusimuliwa kabisa. Huongea kwa uhuru kwa sababu hakuna chochote watakachosema kitakachoendelea kusikika nje ya chumba. Hujifunua wasio kamili, mara nyingi kwa kutojua, wakijifunza kuhusu kila mmoja kupitia majaribio, makosa, na marudio. Awamu hii si ya kubahatisha. Ni ya msingi.

Upendo kabla ya umaarufu hauna ufanisi. Mazungumzo huzunguka. Mashaka hujitokeza tena. Migogoro hurudiwa kwa njia zilizobadilishwa kidogo. Wenza hujaribu mipaka ambayo bado hawaielewi. Ukosefu huu wa ufanisi si kasoro; ndio mfumo ambao kwa njia yake uaminifu hujengwa. Wakati kuna muda wa kukosea bila matokeo, watu hujaribu kuwa waaminifu. Wakati hakuna kumbukumbu inayoandikwa, wanathubutu kujipingana. Upendo hauzidi kuwa wa kina si kwa sababu watu ni thabiti, bali kwa sababu wanaruhusiwa kutokuwa thabiti bila adhabu.

Katika ukungu, upendo hujadiliwa kwa faragha. Wapenzi huamua nini ni muhimu na nini si muhimu bila rejea za nje. Wajenga maana kupitia mila ndogo—vichekesho vya ndani, taratibu za kawaida, kero zinazofanana, makubaliano yasiyosemwa. Maelezo haya mara chache huonekana kuwa muhimu, lakini huunda ulimwengu wa faragha ambao ni wa wale walio ndani yake pekee. Ulimwengu huu unakuwa chombo cha ukaribu.

Hapa ndipo usalama wa kihisia unapojengwa. Wenza hujifunza, taratibu, kwamba udhaifu wao hautotumiwa vibaya, kwamba mzozo hautotumiwa kama silaha, kwamba makosa yao hayatatangazwa. Kadiri muda unavyopita, usalama huu huruhusu undani. Watu hufichua hofu, wivu, mahitaji, na ukosefu wa uhakika bila kuwa na wasiwasi kwamba sifa hizi zitawafafanua kwa kudumu.

Kabla ya mwangaza wa umma, upendo unaruhusiwa kusahulika. Siku mbaya hupotea. Maneno makali hayaenziwi. Ukuaji hutokea polepole, bila usumbufu. Hakuna haraka ya kutatua kila kitu mara moja, hakuna shinikizo la kuonekana umepona, umekua, au unastahili kusifiwa. Upendo hauhitaji kujitetea.

Upole huu ni muhimu. Uhusiano wa kihisia hauimarishi kwa ukali pekee. Huimarika kupitia urudiaji—kupitia uaminifu tulivu wa kuwepo, kubaki pamoja, na kurekebisha madhara bila mashahidi. Miondoko ya kawaida ya maisha ya pamoja hufanya kazi kubwa zaidi kuliko matamko makubwa yalivyoweza kufanya.

Watu wengi ambao baadaye wanakuwa maarufu huelezea kipindi hiki cha mwanzo kama cha kawaida tu wakati huo. Walikuwa wakihangaika kifedha, wakifanya kazi kwa saa zisizotabirika, wakiishi katika maeneo madogo, na kujipangia mustakabali uliokuwa usio na uhakika. Kile ambacho mara nyingi wanakitambua baadaye ni k , kwamba kutokuwa na uhakika kwenyewe ndiko kulikounda ukaribu. Maamuzi yalifanywa kwa pamoja kwa sababu hakukuwa na njia mbadala. Utambulisho ulijengwa kupitia mahusiano badala ya kimkakati.

Katika mahusiano haya ya mwanzo, mamlaka huwa yamesambazwa kwa usawa zaidi. Hata wakati kuna ukosefu wa usawa—kihisia, kifedha, na kisaikolojia—hushughulikiwa kwa kujitenga. Hakuna uthibitisho wa nje unaoongeza umuhimu wa mpenzi mmoja kuliko mwenzake. Utambuzi hutoka hasa ndani ya uhusiano. Kuchaguliwa na mtu mmoja ni muhimu zaidi kuliko kutamaniwa na wengi.

Utambuzi huu wa ndani unakuwa moja ya nguvu tulivu za upendo. Wenza hujifunza kwamba wanahitajiana bila kujali mafanikio, umuhimu, au umaarufu. Imani hii ni dhaifu, lakini kabla umaarufu haujawadia, huwa na muda wa kujizitia mizizi.

Kuonekana hadharani kunajaribu dhana hizi, mara nyingi bila onyo.

Kwa baadhi ya wanandoa, mabadiliko huwa ya taratibu: jukumu linaloleta umakini, mradi unaofanya vizuri zaidi kuliko ilivyotarajiwa, wafuasi wanaoongezeka kimyakimya kabla ya kuongezeka kwa kasi. Kwa wengine, umaarufu huwasili ghafla—mafanikio yanayovuma kwa kasi, sifa ya ghafla, tukio linaloainisha taaluma na kubadilisha kasi ya maisha kwa usiku mmoja. Katika visa vyote viwili, hali zilizowezesha mapenzi kuota hubadilika kwa kasi zaidi kuliko uwezo wa uhusiano kuzoea.

Maisha ya kawaida waliyoshiriki ambayo yalikuwa msingi wa ukaribu huanza kuvunjika. Ratiba hutofautiana. Mahitaji ya nje huongezeka. Muda wa kuwa pamoja huanza kuhitaji makubaliano badala ya kuwa jambo la kawaida. Kile kilichokuwa uhalisia wa pamoja huwa maisha mawili sambamba yanayounganishwa mara kwa mara tu.

Hata hivyo, kumbukumbu hubaki. Wenzao wanakumbuka walivyokuwa kwa kila mmoja wakati hakuna aliyekuwa akiangalia. Wanakumbuka mazungumzo ambayo hayakuhaririwa, mabishano ambayo hayahitaji maelezo, ukaribu ambao haukuhitaji uthibitisho. Kumbukumbu hii inakuwa kigezo.

Wakati mwingine huimarisha uhusiano. Hutumika kama uthibitisho kwamba ukaribu ulikuwepo kabla ya kutambuliwa. Nyakati zingine, huwa chanzo cha huzuni. Zamani huonekana kuwa bora si kwa sababu ilikuwa kamilifu, bali kwa sababu haikupingwa.

Mara nyingi, wenza hukumbuka kipindi hiki kwa njia tofauti. Mtu anayepata utambuzi anaweza kukumbuka ukosefu wa umaarufu kama kikwazo—shinikizo la kifedha, kutonekana, na kukata tamaa. Mwingine anaweza kukikumbuka kama uhuru. Tofauti hii ya kumbukumbu huanzisha mvutano muda mrefu kabla ya mzozo kuonekana wazi.

Msamaha pia hufanya kazi tofauti kabla ya umaarufu. Makosa yasiporekodiwa, msamaha unaweza kuwa wa dhati. Watu husonga mbele kwa sababu hakuna motisha wa kurudia vidonda vya zamani. Kusahau huwa ni aina ya huruma katika uhusiano. Huwaruhusu wenza kuwa zaidi ya toleo lao baya zaidi wanaloweza kuonyesha.

Katika kutotambulika, watu wanaruhusiwa kubadilika bila maelezo. Ukuaji hutokea bila maonyesho. Uhuru huu huchochea mabadiliko badala ya kujilinda.

Upendo kabla ya umaarufu pia ndipo wapenzi hujifunza jinsi ya kuwa peke yao wakiwa pamoja. Kimya hakisababishi aibu. Uwepo wao si wa kuigiza. Hakuna haja ya kujaza nafasi kwa mambo ya maana au haiba. Kuwa bila mvuto ni salama.

Uwezo huu—wa kuwa wasio na mvuto pamoja—ni mojawapo ya misingi iliyodharauliwa sana ya ukaribu wa kudumu. Huwaandaa wanandoa kwa ajili ya uzee, ugonjwa, kushindwa, na kudorora. Umaarufu, kinyume chake, huzawadia mvuto wa kudumu na kuonekana kila wakati.

Ni muhimu kutopamba upweke. Mahusiano mengi yanayoanzishwa mbali na umaarufu huwa hayana afya, ya kudhibiti, au ya unyanyasaji. Faragha peke yake haihakikishi ukaribu wa dhati. Lakini huunda mazingira ambayo ukaribu wa dhati unaweza kujaribiwa kwa uaminifu.

Kabla ya umaarufu, matatizo ni ya watu wanaoyapitia. Suluhu hujadiliwa bila watazamaji. Hata wakati upendo unashindwa, hushindwa kimya kimya, ukiruhusu huzuni kubaki ya kibinafsi badala ya kuwa ya maonyesho. Kushindwa huku kwa kimya kuna heshima.

Tunapozungumzia upendo mbali na umakini wa umma, hatutamani urahisi. Tunatambua thamani ya uhuru wa kihisia—uwezo wa kufafanua uhusiano kutoka ndani badala ya nje.

Ukishatokea umaarufu, uhuru huo unakiukwa.

Lakini kabla ya hapo, upendo bado unaruhusiwa kuwa haujakamilika. Bado unaruhusiwa kinyume chake. Bado unaruhusiwa kuwepo bila maelezo.

Hicho ndicho kinachokifanya kiwe dhaifu.

Na hilo ndilo linaloifanya iwe halisi.

Sura ya 2: Uvamizi wa Pande ya Tatu

Umaarufu hauingii katika uhusiano peke yake.

Hufika na hadhira.

Watu wawili wanapopendana, hufanya hivyo kwa uelewa wa ndani: uhusiano ni wao. Maana yake hujadiliwa kwa faragha, na sheria zake hubadilishwa kimyakimya kadri muda unavyopita. Hata marafiki na familia wanapokuwepo, ushawishi wao huwa na mipaka. Uhusiano unabaki kuwa wa msingi wa watu wawili—watu wawili wakijibu hasa kwa kila mmoja.

Umaarufu huvunja muundo huu.

Pamoja na kuonekana huja uwepo wa tatu wa kudumu: umma. Sio kitu kimoja, bali umati unaobadilika wa mashabiki, wakosoaji, vyombo vya habari, algoriti, na wageni ambao umakini wao ni usio wa kibinafsi na unaovamia. Upande huu wa tatu hauangalii tu uhusiano; huufasiri, huusimulia, na mara nyingi hudai umiliki wa sehemu yake juu yake.

Tangu uhusiano utakapojulikana, hautajulikani tena tu kutoka ndani. Unaangaliwa, unajadiliwa, na kutathminiwa kutoka nje. Maana haitengenezwi tena tu na watu wanaoishi uhusiano, bali na wale wanaoukonsuma.

Huu si mabadiliko yasiyo na upande. Hubadilisha jinsi wapenzi wanavyotenda, wanachotisha, na wanacholinda.

Upande wa tatu una matarajio. Unataka mwendelezo, drama, matarajio, au ukombozi. Unazawadia simulizi fulani na kuadhibu mengine. Wapenzi hujifunza haraka ni matoleo gani ya uhusiano wao yanayosherehekewa na yapi yanachochea upinzani. Baada ya muda, miitikio hii huunda tabia.

Kutoelewana ambako zamani kungemalizika katika chumba cha faragha sasa kuna hatari ya kufichuka. Kutengana kwa muda mfupi kunakuwa "mgogoro." Upatanisho unakuwa "urejeo." Uhusiano hauruhusiwi tena kuwa na mabadiliko au utata; lazima utangaze hadhi yake kila wakati.

Shinikizo hili huondoa utofautishaji wa hisia. Upendo unalazimishwa kuwa na chaguo mbili tu: pamoja au tumevunjika, wenye furaha au wenye maangamizi, halisi au bandia. Mahusiano halisi hayafanyi kazi hivi, lakini hadhira inahitaji uwazi.

Uwepo wa mtu wa tatu pia hubadilisha mzozo. Mizozo si matukio ya kihisia tu tena; ni hatari zinazoweza kujitokeza. Wenza wanaweza kukandamiza malalamiko halali ili kuepuka mzozo wa hadharani, au kuyazidisha kwa hasira ya kuwa tayari yamefichuka. Kwa vyovyote vile, mzozo huacha kutekeleza kazi yake yenye afya.

Ukarabati unakuwa mgumu hasa. Katika mahusiano ya faragha, ukarabati hutegemea kumbukumbu za kuchagua—uwezo wa kuacha matukio yafifie. Chini ya umaarufu, hakuna kinachofifia. Picha za skrini, mahojiano, na uvumi huhifadhi mzozo muda mrefu baada ya suluhu ya kihisia ingekuwa vinginevyo. Wenzao wanaombwa kusonga mbele wakati ulimwengu unasisitiza kuangalia nyuma.

Pande ya tatu pia huanzisha uwajibikaji usio sawa. Mwenzi mmoja anaweza kuwa anayeonekana zaidi, alindwa zaidi, au mwenye kuleta faida zaidi kwa simulizi ya umma. Mwingine anaweza kulaumiwa, kuchunguzwa kwa undani, au kufutwa kabisa. Ukosefu huu wa usawa huzalisha chuki ambayo ni vigumu kuielezea bila kuonekana kama ukosefu wa uaminifu au uchu wa fursa.

Fikiria mchanganyiko unaojulikana: msanii mchanga anayepanda kwa kasi, akichochewa na kipaji na wakati mwafaka, na mwenza wake aliyemfahamu kabla ya kutambuliwa. Mwanzoni mwa kupanda kwao, mwenza huyo husifiwa kwa kuwa mtu wa kuwaweka chini, msaada, na "wa kawaida." Lakini kadiri umaarufu unavyoongezeka, mwenza huyo yuleyule anaweza kuonekana upya kama mtu asiye na umuhimu, anayewazuia, au anayenufaika isivyo haki kutokana na ukaribu wao. Hadhira huandika upya jukumu hilo bila idhini.

Mfano mwingine hujitokeza mara kwa mara: watu wawili maarufu ambao uhusiano wao unakuwa ishara ya enzi, harakati, au ndoto. Uhusiano wao si wa kibinafsi tu tena—unawakilisha kitu kikubwa zaidi.

Wakati mvutano unapojitokeza, masikitiko hubadilika na kuwa hasira kali. Watu wanaohusika huhisi wamesalitiwa, kana kwamba ahadi imevunjwa.

Katika visa vyote viwili, upande wa tatu huhisi una haki ya matokeo fulani.

Hisia hii ya kustahili huingia ndani ya uhusiano wenyewe. Wenzao huanza kutarajia mwitikio wa umma kabla ya kufanya maamuzi ya kibinafsi. Wanalinganisha ukweli wa kihisia na hatari ya sifa zao. Upendo unachanganyikana na mkakati.

Hata ukosefu wao huelezewa. Kimya hakichukuliwi tena kama faragha; ni dhana tu. Uamuzi wa kutofafanua unakuwa kitendo kinachohitaji maelezo. Upande wa tatu hujaa pengo kwa dhana zake, ambazo mara nyingi huvutia zaidi kuliko uhalisia.

Baada ya muda, wenza wanaweza kujizoesha mtazamo huu. Wanaanza kujifuatilia hata wakiwa peke yao. Hadhira ya kufikirika inakuwa uwepo wa kisaikolojia, ikibuni kile kinachohisiwa kuwa salama kuonyeshwa. Ukaribu unaharibika si kwa sababu ya kashfa, bali kwa kujihami wenyewe.

Athari mbaya zaidi ya mtu wa tatu si kuingilia, bali ni kuhamishwa kwa umakini. Wakati uthibitisho, ukosoaji, na maana vinapotoka hasa kutoka nje ya uhusiano, wapenzi polepole huacha kugeukia kwa kila mmoja. Wanaanza kugeukia nje—kwa ajili ya uthibitisho, kwa ajili ya ushawishi, kwa ajili ya utambulisho.

Upendo hudumu kwa kuelekezana pamoja. Umaarufu huanzisha mwelekeo wa ushindani.

Baadhi ya wanandoa hujaribu kudhibiti mhusika wa tatu kwa kuweka mipaka thabiti: hakuna mahojiano, hakuna kuonekana pamoja, hakuna maoni ya hadharani. Mkakati huu unaweza kufanya kazi kwa muda, lakini unahitaji kuwa macho kila wakati. Umma huchukizwa na kutengwa na mara nyingi hujibu kwa uvumi ulioongezeka.

Wengine hujaribu uwazi, wakiamini kuwa uwazi utaondoa uingiliaji. Lakini uwazi chini ya umaarufu mara chache huchukuliwa kuwa wa kutosha. Kufichua mambo kunaleta maswali zaidi, si machache.

Upande wa tatu hauwezi kuridhika kwa sababu haujawekeza katika afya ya uhusiano—bali katika utumiaji wake tu.

Huu ndio uvamizi ambao umaarufu hufanya kuwa wa kudumu. Sio tu kupoteza faragha, bali pia kupoteza uwezo wa kujiendesha. Uhusiano unapokoma kuwa mali ya watu walio ndani yake pekee, ukaribu huwa na masharti.

Upendo bado unawezekana chini ya hali hizi—lakini hauwezi kubaki bila kuathirika.

Sura ya 3: Utendaji Unachukua Nafasi ya Uwepo

Umaarufu huwafunza watu kuwa wa kuonekana.

Kabla hata ya kuzawadia kipaji au kazi, huzawadia wepesi wa kueleweka. Inawahimiza watu kujionyesha kwa njia zinazoweza kueleweka, kupendwa, na kurudiwa kwa urahisi. Baada ya muda, shinikizo hili la kuwa rahisi kueleweka hubadilisha sio tu utambulisho wa umma bali pia tabia za faragha. Kinachotangulia kuwa hitaji la kitaaluma polepole kinakuwa tabia ya kibinafsi.

Katika mahusiano, mwitikio huu una gharama kubwa.

Upendo hutegemea uwepo—uwezo wa kumjibu mtu mwingine papo kwa papo, bila maandalizi au hesabu. Uwepo unahitaji umakini usiochujwa na mkakati. Utendaji, kinyume chake, hutabiri mwitikio. Huundwa na jinsi mtu anavyotarajia kupokelewa. Wakati uwepo unajibu, utendaji huchukua hatua mapema.

Umaarufu hufifisha mstari unaotenganisha yote mawili.

Kadiri unavyoongezeka, watu hujifunza kwamba jinsi wanavyoonekana ni muhimu kama vile, kama si zaidi, kuliko jinsi wanavyojisikia. Wanazawadiwa kwa kuwa na msimamo thabiti, kujiamini, na udhibiti. Wanadhibiwa kwa kutokuwa na uhakika, mabadiliko ya ghafla, na mahitaji ya kihisia. Motisha hizi hazizimi kamera zinapoondoka. Huwafuata watu nyumbani.

Katika mahusiano ya karibu, hii inamaanisha kuwa wenza wanaweza kuanza kuendeleza uhusiano si kama walivyo, bali kama walivyojifunza kuonekana. Mazungumzo hugeuzwa. Mwitikio hupolewa au kuongezwa ukali kulingana na jinsi unavyoweza kuakisi taswira ya mtu. Hata udhaifu unaweza kuwa na mtindo—ukionyeshwa kiasi cha kutosha kuonekana kama binadamu, lakini si kiasi cha kutosha kusababisha kutokuwa na uthabiti.

Mabadiliko haya mara nyingi hayaonekani mwanzoni. Utendaji hujifanya ukomavu. Kujizuia kihisia husifiwa kama ukuaji. Kujitenga huchukuliwa kimakosa kama kujidhibiti. Lakini kadri muda unavyopita, kitu muhimu hupungua: hisia ya kukubalika badala ya kudhibitiwa.

Watu wengi maarufu huelezea hisia inayoongezeka ya uchovu wa kihisia katika mahusiano yao ya karibu. Wamechoka si kwa upendo wenyewe, bali kwa juhudi za kudumisha mshikamano kati ya matoleo yao tofauti. Nafsi ya umma lazima ibaki thabiti. Nafsi ya faragha haipaswi kuipinga vikali sana. Matokeo yake ni kupungua kwa upeo wa hisia.

Katika nafasi hii iliyopungua, kuwepo kikamilifu kunakuwa kugumu. Kuwepo kikamilifu kunahitaji kuruhusu hali ya ndani ya mtu kuunda mwitikio wake. Utendaji hurejesha nyuma mchakato huu: miitikio huundwa na matarajio ya nje, kisha hurekebishwa kihisia.

Wenzao huhisi tofauti hii kwa hisia zao. Wanahisi ni lini wako na mtu halisi na ni lini wako na sura yake ya umma. Sura hiyo ya umma inaweza kuwa ya kuvutia, yenye maneno, na inayojali, lakini haina uwezo wa kubadilika. Haiwezi kubadilika kwa urahisi. Haiwezi kujishangaza yenyewe.

Upendo, hata hivyo, hutegemea mshangao.

Ukaribu huota wakati wenzao wanaruhusiwa kukutana katika nyakati zao halisi—wakati huzuni inapovuruga utulivu, wakati furaha inapomwagika, wakati hofu inapovunja kujiamini. Utendaji hupunguza nguvu ya nyakati hizi. Hupunguza misukosuko ya hisia. Huweka udhibiti kipaumbele kuliko uhusiano.

Mwenendo huu huonekana hasa wakati maisha ya mmoja au wote wawili yanategemea mtazamo wa umma. Waigizaji, wanamuziki, wanariadha, watu wenye ushawishi, wasimamizi wakuu—yeyote ambaye mafanikio yake yanahusiana na idhini ya hadhira hujifunza haraka kwamba kujionyesha hisia kuna hatari. Baada ya muda, wanajenga kanuni ndani yao: hisi kwa siri, jionyeshe kwa kuchagua.

Katika mahusiano ya kimapenzi, kanuni hii huunda umbali.

Fikiria mchanganyiko unaojulikana wa mtu maarufu anayesifiwa kwa kuwa wazi kuhusu hisia zake—mahojiano yaliyojaa kujitambua, shukrani, na udhaifu. Hata hivyo, nyumbani, mwenzao humwona kama mtu anayekwepa masuala. Mazungumzo ya kihisia yanaonekana kama yameandaliwa. Migogoro hukabiliana nayo kwa maelezo tulivu badala ya kushirikiana hisia. Kile kinachoonekana kama akili ya kihisia kwa nje, ndani yake huhisi kama ukosefu wa upatikanaji kihisia.

Hii si udanganyifu kwa maana ya kawaida. Ni kuzoea mazingira. Mtu huyo amejifunza kujidhibiti ili aishi. Lakini udhibiti bila kutolewa huwa ni ukandamizaji, na hatimaye ukandamizaji unakuwa kutokuwepo kihisia.

Utendaji pia hubadilisha usikivu. Uwepo unahitaji kusikiliza bila kutarajia jibu la mtu. Utendaji husikiliza kwa kuchagua, ukitafuta ishara zinazohitaji marekebisho. Mwelekeo hubadilika kutoka kuelewa hadi kudhibiti athari.

Kadri muda unavyopita, wenza wanaweza kuhisi kwamba hisia zao zinachakatwa badala ya kupokelewa. Maumivu yanatambuliwa lakini hayaingii moyoni. Furaha inaakisiwa lakini haishirikiani. Uhusiano unakuwa na ufanisi kihisia lakini hafifu kimaajuzi.

Unyumbufu huu mara nyingi huchukuliwa kimakosa kuwa uthabiti.

Kwa kweli, wanandoa wengi maarufu huonekana wakiwa watulivu kwa kiasi cha kushangaza. Wanawasiliana kwa urahisi, wanaepuka migogoro inayoonekana, na huonyesha umoja wakiwa chini ya shinikizo. Lakini utulivu si sawa na ukaribu. Wakati hisia zinapochujwa kupitia utendaji, uhusiano unaweza kufanya kazi bila kamwe kuhisi uhai kamili.

Matokeo mengine ya utendaji ni kupotea kwa ujasiri wa kihisia. Upendo unahitaji utayari wa kukatisha tamaa, kueleweka vibaya, na kuwa asiye mvutia kwa muda mfupi. Utendaji hupunguza hatari hizi. Hupendelea kupendeka kuliko uaminifu.

Wenzao huanza kulinda kila mmoja dhidi ya hisia zao wenyewe. Hewaepuka mada zinazoweza kuvuruga taswira ya uhusiano. Huchelewesha migongano muhimu. Huweka ahueni mahali pa ukweli.

Kadri muda unavyopita, hii huunda dhana potofu ya maelewano inayoficha mivutano isiyotatuliwa.

Kinyume chake, uwepo huvumilia kutojisikia vizuri. Unaruhusu mapumziko ya aibu, mawazo yasiyo kamili, na mabadiliko ya hisia.

Haukimbilii kuelekea utatuzi. Utendaji hufanya kinyume chake. Huelekea haraka kuelekea hitimisho, uwazi, na udhibiti.

Tofauti hii huonekana wazi zaidi wakati wa vipindi vya msongo wa mawazo. Ugonjwa, kushindwa, kuzeeka, kushuka kwa mafanikio kazini—nyakati hizi zinahitaji uwepo. Hazishughulikiwi kwa njia ya kupendeza. Zinahitaji upatikanaji wa kihisia bila dhamana yoyote.

Wakati uhusiano umeundwa hasa kwa utendaji, hupata shida hapa. Wenzao wanaweza wasijue jinsi ya kuwa pamoja bila maandishi ya kuigiza. Maonyesho ya hisia huhisiwa kuwa ya kupita kiasi au hayatoshi. Kimya huwa tishio badala ya kuwa msingi.

Kupungua kwa uwepo pia huathiri hamu. Ukaribu wa kimapenzi hutegemea mwitikio—kufahamu ishara za mtu mwingine kwa wakati halisi. Utendaji huleta kujitambua. Miili inakuwa vitu vya kutathminiwa badala ya kuwa uzoefu wa kuishi.

Tamaa inakuwa kitu cha kutekeleza badala ya kuchunguza.

Wanandoa wengi huelezea kupotea taratibu kwa uhuru wa kimapenzi chini ya umaarufu. Ngono inakuwa na ratiba, inajadiliwa, au inakwepwa. Kile ambacho hapo awali kilionekana kuwa cha asili huanza kuhitaji juhudi. Utendaji umeingia katika eneo la faragha zaidi.

Ni muhimu kutambua kwamba utendaji si lazima uwe umewekwa kutoka nje. Watu wengine huingiza tabia za kuigiza katika mahusiano muda mrefu kabla ya umaarufu kufika. Lakini kuonekana kwa umma huongeza nguvu hizi. Hutoa thawabu kwa uwezo wa kudumisha utulivu kwa gharama ya kuwa wazi.

Jambo la kusikitisha ni kwamba mara nyingi utendaji huibuka kama mkakati wa kujinasua. Huwalinda watu binafsi dhidi ya hukumu, uingiliaji, na unyonyaji. Lakini kile kinacholinda nafsi hadharani kinaweza kuifanya kuwa maskini katika mahusiano.

Uwepo hauwezi kuboreshwa kikamilifu.

Inahitaji muda, kuchoshwa, na usalama wa kihisia. Inahitaji uhuru wa kuwa wa kuchosha, mwenye kinyume, na asiye kamilika. Umaarufu hupinga hali hizi zote.

Wakati utendaji unachukua nafasi ya uwepo, si lazima upendo uishe. Unakuwa mwembamba, mtulivu, na dhaifu zaidi. Wenza wanaweza kubaki pamoja, wakiwa na ufanisi na wanaopendwa, huku polepole wakipoteza hisia ya kukutana wa kweli.

Upotevu ni mdogo lakini huongezeka.

Na huandaa msingi kwa ajili ya mabadiliko yajayo: upotoshaji wa mamlaka.

Sura ya 4: Nguvu, Kutoelewana, na Utegemezi

Umaarufu hausambazwi kwa usawa.

Hata watu wawili wanaposhiriki mafanikio, umaarufu mara chache hufika kwa kiwango sawa. Jina moja linakuwa rahisi kutafutika zaidi, lenye thamani zaidi, na lililolindwa zaidi. Kazi moja inapata kasi zaidi, inasimamia rasilimali nyingi zaidi, na huvutia umakini zaidi. Upotovu huu unaweza kuanza taratibu, lakini baada ya muda hubadilisha mfumo wa hisia za uhusiano.

Upendo hutegemea hisia ya kutambuliwa kwa pamoja—hisi kwamba mahitaji, matakwa, na michango ya kila mwenza vina uzito sawa. Umaarufu huweka mgogoro katika uwiano huu. Huleta ngazi za juu za kijamii kutoka nje ambazo huingia katika maisha ya faragha, mara nyingi bila yeyote kati ya wenza hao kuiruhusu waziwazi.

Mamlaka, katika muktadha huu, si daima ni utawala. Mara nyingi zaidi, ni utegemezi uliojificha kama uaminifu.

Kadiri thamani ya mshirika mmoja hadharani inavyoongezeka, mwenzake anaweza kuhisi mamlaka yake ikipungua taratibu. Maamuzi ambayo hapo awali yalijadiliwa huanza kuonekana kama yalishapitishwa awali. Ratiba hutegemea kazi inayoonekana zaidi. Uhamaji wa kijiografia, majukumu ya kijamii, na hata upatikanaji wa kihisia huamuliwa kulingana na mahitaji ya kikazi.

Mabadiliko haya mara chache huelezwa kama kulazimishwa. Huelezwa kama kujitolea.

Kujitolea, kunapokuwa kwa pande zote na kwa muda mfupi, kunaweza kuimarisha ukaribu. Lakini kujitolea kunapoendelea kwa mwelekeo mmoja, kunakuwa sehemu ya muundo. Mwenzi mmoja anajirekebisha; mwenzake anasonga mbele. Baada ya muda, kujirekebisha kunakuwa sehemu ya utambulisho.

Mwenzi asiyeonekana sana anaweza kuanza kupanga maisha yake ili kumuunga mkono yule anayeonekana zaidi—sio kwa sababu ya wajibu, bali kwa sababu njia mbadala zinaonekana kuwa hazina uhalisia zaidi.

Kazi za kitaaluma husitishwa. Mzunguko wa kijamii hupungua. Uhuru hupotea taratibu.

Wakati huo huo, mwenza anayejulikana zaidi anaweza kujisikia mzito kwa kuwa katikati. Anakuwa kitovu ambacho uhusiano unazunguka, akiwa na jukumu si tu la mafanikio yake mwenyewe bali pia la mtindo wa maisha wa pamoja unaoendeshwa na hayo. Wajibu huu unaweza kuleta hisia za hatia, kujitetea, au kujiondoa kihisia.

Katika mahusiano mengi ya hadhi ya juu, wenza wote wanahisi wamefungwa na ukosefu huo huo wa usawa, hata kama wanauhisi kwa njia tofauti.

Pesa huongeza kasi mtiririko huu. Kutegemea kifedha kunatatanisha uaminifu wa kihisia. Mwenzi mmoja anapodhibiti upatikanaji wa rasilimali—kwa moja kwa moja au kwa njia isiyo ya moja kwa moja—migogoro inakuwa na hatari zaidi. Kutokubaliana kunatishia si tu maelewano, bali pia utulivu.

Hii haihitaji nia mbaya. Inahitaji tu kutokulingana.

Fikiria mfano unaojulikana katika burudani, michezo, na ujasiriamali: ushirikiano unaoanza na mapambano ya pamoja na rasilimali chache. Kadiri mafanikio yanavyokuja, kipato huongezeka kwa kasi kwa mshirika mmoja wakati cha mwingine hubaki vilevile au hupungua. Kile ambacho hapo awali kilionekana kama ushirikiano sasa kinaonekana kama udhamini. Shukrani huchukua nafasi ya ubadilishanaji. Kimya huchukua nafasi ya majadiliano.

Mshirika mwenye rasilimali chache anaweza kusita kuonyesha kutoridhika, akitisha kuwa ataonekana mkorofi au mnyemeleaji. Mshirika mwenye rasilimali nyingi anaweza kutafsiri malalamiko yoyote kama kushindwa kuthamini kile ambacho kimepatikana. Mabadilishano ya kihisia yanapotoshwa na hesabu.

Mamlaka pia hubadilisha uaminifu. Katika mizozo ya hadharani, sauti maarufu zaidi mara nyingi huchukuliwa kuwa ya kweli zaidi, yenye busara zaidi, na inayostahili ulinzi zaidi. Mshirika asiyeonekana sana anaweza kuonyeshwa kama asiye imara, anayetegemea wengine, au mwenye chuki—hasa ikiwa anazungumza kutokana na maumivu badala ya kwa ustadi.

Ufahamu huu hudumu hata faraghani. Washirika wanajua, kwa kujitambua au la, jinsi mzozo ungehukumiwa kama ungeonekana. Ujuzi huo huathiri kile kinachohisiwa kuwa salama kusema.

Utegemezi si lazima uwe wa kimwili. Utegemezi wa kihisia unaweza kuwa na nguvu sawa. Umaarufu huwatenga wale wanao upata. Akiwa amezungukwa na watu lakini bila kufahamika, mwenza maarufu anaweza kutegemea sana uhusiano wao wa karibu ili apate msingi na uthibitisho. Utegemezi huu unaweza kuhisi kama ukaribu, lakini una uzito.

Mwenzi asiye maarufu sana anakuwa nanga na chombo kimoja—anatarajiwa kubeba msongo wa mawazo, kudhibiti hisia, na kubaki imara bila kujali hali. Mahitaji yake mwenyewe yanaweza kuonekana kama ya pili, au hata ya kuvuruga.

Kadri muda unavyopita, mwingiliano huu unaweza kubadilika. Mwenzi asiye na nguvu nyingi hadharani huchukua mzigo mkubwa wa kihisia. Yeye ndiye anayedhibiti hisia, kutabiri migogoro, na kulinda uhusiano usiharibike. Wakati huo huo, mwenzi mwenye nguvu zaidi hadharani anabaki na fursa nyingi zaidi za kuondoka.

Kutokuwepo kwa usawa huu kunasababisha wasiwasi wa kimyakimya. Mwenzi mmoja anahisi ni wa lazima lakini anaweza kubadilishwa. Mwenzi mwingine anahisi ni muhimu lakini amezuiwa. Wote wawili wanahisi kuwa dhaifu, lakini si kwa usawa.

Mamlaka pia huathiri jinsi miisho inavyofikirika. Kwa mwenza asiyeonekana sana, kutengana kunaweza kumaanisha kupoteza mtindo wa maisha, jamii, na utambulisho. Kwa mwenza anayeonekana zaidi, inaweza kumaanisha hatari kwa sifa lakini si ukosefu wa utulivu wa maisha. Kutokulingana huku huathiri ni nani anayeweza kuwa mkweli.

Wanandoa wengi hubaki pamoja si kwa sababu ukaribu unaendelea, bali kwa sababu gharama ya kuachana haigawiwi kwa usawa.

Utegemezi unaweza kujifanya ni uaminifu. Uvumilivu husifiwa kama kujitolea. Kukaa huchukuliwa kama nguvu. Lakini upendo unaoendeshwa hasa na hofu ya kupoteza haujichaguliwi kwa hiari.

Hii haimaanishi kwamba ukosefu wa usawa katika nguvu hupelekea uharibifu wa mahusiano. Baadhi ya wanandoa huupinga kwa nguvu—kwa kudumisha utambulisho wa kifedha tofauti, kulinda taaluma zao huru, na kukataa kuruhusu umaarufu kuamua thamani ya uhusiano. Mikakati hii inahitaji nia na mazungumzo ya mara kwa mara.

Bila juhudi hiyo, ukosefu wa usawa unaganda.

Athari hatari zaidi ya usawa wa nguvu ni si mzozo, bali ni ukimya. Mwenzi mmoja anapohisi hana haki ya kutoshelewa, ukweli wa kihisia huzuilika. Uhusiano unaweza kuonekana imara huku ukizidi kuwa na ukungu.

Hakuna haja ya mamlaka kutumiwa vibaya ili iwe na madhara. Inahitaji tu kutotambuliwa.

Kadiri umaarufu unavyoendelea kubadilisha ukaribu, ukosefu wa usawa hupisha upotevu mwingine wa kimyakimya: kupungua kwa hamu chini ya uchunguzi wa kila mara.

Sura ya 5: Tamaa Chini ya Ufuatiliaji

Shauku huota katika faragha.

Sio siri, bali kujikinga—hisia kwamba kile kinachotokea kati ya watu wawili hakitafsiriki mara moja kuwa simulizi, hukumu, au matokeo. Tamaa inategemea uhuru wa kujaribu, kushindwa, kubadili mawazo, na kutamani kwa njia isiyo na utaratibu. Inahitaji nafasi ambapo udadisi unazidi umuhimu wa mwendelezo.

Umaarufu unavunja nafasi hiyo.

Chini ya hali za kuonekana, hata kuonekana kwa kufikirika, tamaa hujawa na kujitambua. Mwili haubainiki tu; unaangaliwa. Ukaribu haubaki kuwa wa pamoja tu; unatarajiwa, unaelezwa, au unasimamiwa. Mkutano wa faragha huanza kubeba uzito wa maana ya umma.

Ufuatiliaji hauhitaji kamera. Unafanya kazi kupitia matarajio.

Watu mashuhuri hujifunza haraka kwamba miili yao tayari hutafsiriwa—kuonekana kama ya ngono, kukosolewa, kuonekana kuwa kigezo, au kupuuzwa—na hadhira ambao hawatawahi kukutana nayo. Ufahamu huu huwafuata katika nyakati zao za faragha zaidi. Tamaa inakuwa kitu kinachopaswa kuishi sambamba na hadhira isiyoonekana.

Katika mahusiano, hili hubadilisha nishati ya kimapenzi. Badala ya kujitokeza kiasili, tamaa inakuwa inajadiliwa. Wenza wanaweza kujiuliza si tu wanachotaka, bali pia jinsi kutaka kwao kutakavyoelezewa—na wao kwa wao, na watu wa nje, na na toleo lao la baadaye ambalo siku moja linaweza kulazimika kulitolea hesabu.

Matokeo yake ni mvutano mdogo usioonekana.

Ngono inakuwa salama zaidi lakini hafifu. Haijawa na aibu sana, lakini pia haishangazi. Miili huonyesha umahiri badala ya udadisi. Tamaa huonyeshwa kwa njia za kawaida zinazopunguza hatari.

Mabadiliko haya mara nyingi huchukuliwa kimakosa kuwa ni ukomavu.

Kadiri mahusiano yanavyoendelea, upya wa kimapenzi hupungua na kuongezeka kwa kawaida. Lakini chini ya umaarufu, kupungua kwa hamu huharakishwa na vizuizi. Wenza hawataki kujaribu mambo mapya, kuonekana wapumbavu, au kupoteza udhibiti. Kile ambacho hapo awali kilionekana kama mchezo huanza kuonekana kama jambo lenye matokeo makubwa.

Fikiria mchanganyiko wa wanandoa ambao uhusiano wao husadikitiwa bila kikomo. Mvuto wao huchanganuliwa, mapenzi yao huchunguzwa, na ukimya wao hutafsiriwa. Baada ya muda, ukaribu huanza kuhisi kama uthibitisho au upinzani wa hadithi ya umma badala ya kuwa uzoefu wenyewe.

Katika muktadha huu, tamaa huja na shinikizo. Kutaka sana huonekana kama kukata tamaa. Kutaka kidogo huonekana kama ukosefu wa hisia. Uonyesho wa mapenzi unakuwa aina ya kutuma ishara.

Ufuatiliaji pia hubadilisha ridhaa. Sio ridhaa kwa maana ya kisheria, bali kwa maana ya kihisia—uhuru wa kusema ndiyo au hapana bila maelezo. Wakati ukaribu unapohisiwa kuhusishwa na uthabiti wa mahusiano, sifa, au simulizi la umma, kukataa kunaweza kuonekana kama hatari. Kusema hapana kunaweza kutafsiriwa kama kukataliwa, kushindwa, au tishio.

Wenza wanaweza kukubali si kwa sababu wanataka, bali kwa sababu wanataka kudumisha usawa.

Mienendo hii huvunja uaminifu katika tamaa za mtu mwenyewe. Watu binafsi huanza kujihoji kama kile wanachotaka ni halisi au ni njia ya kujirekebisha. Wanapoteza imani na ishara zao za ndani.

Shauku inakuwa kitu cha kudhibiti badala ya kuishi ndani yake.

Kwa wengine, ufuatiliaji hupelekea kujitenga. Ukaribu wa kimapenzi hupoteza mvuto kama chaguo salama zaidi. Mwili unakuwa eneo la upatanishi, uliokuzwa dhidi ya tafsiri kwa kutokuwepo. Kwa wengine, tamaa inakuwa ya kulazimisha—njia ya kudai tena uwezo wao kupitia upita kiasi.

Majibu yote mawili ni majaribio ya kuepuka uchunguzi.

Kadiri uhusiano unavyoonekana zaidi, ndivyo inavyokuwa vigumu zaidi kudumisha faragha ya kimapenzi. Hata maelezo ya kawaida—mahali ukaribu unapotokea, lini, na mara ngapi—yanaweza kuzuiliwa na masuala ya kimipango, usalama, ratiba, na uchovu. Miundombinu ya umaarufu huingilia mwili.

Zona za saa huchukua nafasi ya midundo. Uchovu huchukua nafasi ya matarajio.

Shauku pia huhitaji kuchoshwa. Inahitaji muda usio na mpangilio, urudiaji, na upole. Umaarufu hugawanya muda kuwa majukumu. Nyakati hujaa kabla hazijahisika.

Katika mazingira haya, ukaribu unakuwa kazi nyingine.

Wenza wanaweza kupanga ratiba ya ngono kwa ufanisi uleule wanapopanga mikutano. Ingawa mpangilio unaweza kusaidia uhusiano, pia unaweza kuondoa hali ya kufanya mambo bila kupanga. Tamaa inapopangwa kwenye kalenda, inahatarisha kuwa ya kuigiza.

Upotevu mwingine tulivu ni mmomonyoko wa mafumbo ya kimapenzi. Tamaa hupata lishe kutokana na kutomjua kila kitu kuhusu mwenzako. Umaarufu huharakisha kufichuka. Historia za kibinafsi, mapendeleo, na udhaifu mara nyingi hurekodiwa, kujadiliwa, na kuhifadhiwa.

Yote yanapojulikana, hakuna mengi ya kugundua.

Hii huwa changamoto hasa wakati mvuto wa mpenzi mmoja unathibitishwa kila mara kutoka nje. Uangalizi kutoka kwa wengine unaweza kupotosha mfumo wa ndani wa tamaa. Uthibitisho unakuwa mwingi lakini usio wa kibinafsi. Ukaribu unakuwa adimu lakini una matakwa makubwa.

Mwenzi asiyeonekana sana anaweza kuhisi tamaa yake imezamishwa na tamaa ya hadhira. Mwenzi anayeonekana zaidi anaweza kuhisi amegawanyika kati ya uaminifu wa faragha na uthibitisho wa umma.

Hakuna kati ya nafasi hizi inayokuza hisia za kimapenzi.

Ufuatiliaji pia huanzisha ulinganisho. Miili hupimwa dhidi ya picha, maonyesho, na matoleo yao ya zamani. Kuzeeka kunakuwa hadharani. Mabadiliko yanakuwa dhahiri.

Shauku hupata shida chini ya kulinganishwa kwa mara kwa mara.

Wapenzi wengi hujaribu kulinda ukaribu kwa kujitenga—kwa kuweka mipaka migumu kati ya nafsi zao za umma na za faragha. Ingawa hii inaweza kutoa nafuu ya muda, mara nyingi huhitaji mgawanyiko wa kihisia. Nafsi inayotamani lazima ibaki fichwa, isiyounganishwa.

Kadri muda unavyopita, mgawanyiko huu unachosha.

Jambo la kusikitisha ni kwamba tamaa kwa asili yake si dhaifu. Ina ustahimilivu inapopewa uhuru. Lakini chini ya ufuatiliaji, uhuru hupungua.

Mapenzi yanaweza kudumu. Uhusiano unaweza kudumu. Lakini uhai wa kimahaba hupungua kimyakimya, ukiacha nyuma upendo usio na hamu.

Upotevu huu mara chache huwa wa kusisimua. Haujitangazi. Hujikita polepole, ukijificha kama kawaida, ukomavu, au jambo lisiloepukika.

Hata hivyo, tamaa haitoweki bila madhara.

Nguvu za kimapenzi zinapokandamizwa, mara nyingi hujitokeza tena mahali pengine—kama chuki, wasiwasi, au mpasuko. Kile ambacho hakiwezi kuonyeshwa kwa ukaribu hitafuta njia ya kujieleza kwa njia isiyo ya moja kwa moja.

Kadiri umaarufu unavyoendelea kuunda mahusiano, ufuatiliaji wa tamaa hupisha mabadiliko mengine: upweke unaotokana na kuzungukwa lakini kutajulikana.

Sura ya 6: Peke Yetu Pamoja

Upweke mara nyingi hufikiriwa kama ukosefu wa watu.

Katika mahusiano yanayoendeshwa na umaarufu, mara nyingi huibuka wakiwepo. Wenzao hushiriki nyumba, ratiba, na historia, lakini wanajihisi kutokutambuliwa zaidi. Ukaribu huchukua nafasi ya ukaribu wa hisia. Kuwa pamoja kunakuwa la kimipango badala ya kihisia.

Aina hii ya upweke ni vigumu kuiita kwa jina.

Kwa nje, uhusiano unaonekana kuwa kamili—umejaa majukumu, mikutano, na uzoefu wa pamoja. Kuna chakula cha jioni, matukio, safari, mazungumzo. Lakini ndani, kitu muhimu kimepotea: hisia ya kujulikana bila maelezo.

Umaarufu unachangia hali hii kwa kugawanya umakini.

Mwenzi maarufu mara chache huwa hapatikani kikamilifu. Hata katika nyakati za utulivu, akili yake huvutwa mahali pengine—kwelekea maonyesho yajayo, uchunguzi usiokamilika, hatari zijazo. Umakini hugawanywa kila mara kati ya wakati uliopo na matokeo yake yanayoweza kutokea.

Mwenzi asiyeonekana sana mara nyingi hujirekebisha kwa kupunguza matarajio. Hujifunza kutoingilia, kutoomba, kutojihusisha na haraka. Mahitaji huahirishwa. Mazungumzo huahirishwa. Muda wa kihisia daima huwa umechelewa kidogo.

Kadiri muda unavyopita, wenza wote wawili wanazoea uhusiano wa nusu.

Wanajifunza jinsi ya kufanya kazi kwa ufanisi pamoja—kuratibu ratiba, kudhibiti migogoro, kuonyesha umoja—bila kufikia ubadilishanaji wa hisia wa kina. Uhusiano unakuwa wa kiutendaji.

Ukaribu huu wa kiutendaji unaweza kuonekana kuwa imara kwa njia ya kudanganya.

Wanandoa wengi hubaki pamoja kwa miaka mingi katika hali hii. Hakuna mgawanyiko dhahiri, hakuna usaliti mmoja maalum. Badala yake, ukaribu hupungua kwa marudio. Kila fursa iliyopotea huimarisha inayofuata. Kimya hukusanyika.

Upweke huongezeka kwa sababu unashirikishwa.

Wenza wote wanahisi kutengwa, lakini mara nyingi kwa sababu tofauti. Mwenzi maarufu anaweza kuhisi amezungukwa lakini hajashikwa—anayejulikana na wengi lakini anaeleweka na wachache. Mwenzi asiye maarufu anaweza kuhisi ni muhimu sana lakini haonekani—anahitajika lakini hapewa kipaumbele.

Hakuna anayehisi amekidhiwa kikamilifu.

Juhudi za kukabiliana na upweke huu mara nyingi hazilingani. Mwenzi mmoja anaomba muda zaidi; mwenzake anatoa ahadi za utulivu. Mmoja anatafuta undani wa kihisia; mwenzake anatoa suluhisho za kimipango. Pengo linazidi kuwa kubwa si kwa sababu ya ukosefu wa juhudi, bali kwa sababu ya lugha isiyolingana.

Umaarufu pia hupotosha huruma.

Mshinikizo unaokabiliwa na mwenzi anayeonekana zaidi ni halisi na unamla. Uchovu unakuwa jambo la kawaida. Kujitenga kihisia kunahesabiwa kuwa ni kujilinda. Baada ya muda, maelezo haya yanakuwa utambulisho: hivi ndivyo nilivyo sasa.

Mwenzi asiyeonekana sana anaweza kujihisi na hatia kwa kutaka zaidi. Anajizama katika mtazamo kwamba mahitaji yake ni ya pili kwa umuhimu kutokana na hali za kipekee. Upweke unakuwa jambo la kudhibitiwa faraghani.

Kujinyamazisha huku kunazidisha upweke.

Chanzo kingine ni mmomonyoko wa maisha ya ndani ya pamoja. Ukaribu huota katika ulimwengu wa ndani unaokutana—udadisi wa pamoja, vichekesho vya faragha, tafsiri za pamoja za uzoefu. Umaarufu huharakisha kutofautiana. Uhalisia wa kila siku wa mpenzi mmoja unakuwa mgumu kumhusisha mwenzake.

Hadithi hupoteza mwingiliano. Mwenzi mmoja husikiliza zaidi kuliko anavyozungumza. Kadiri muda unavyopita, kusikiliza kunakuwa kazi.

Kutokuwepo na usawa huu mara chache huwa wa makusudi. Kunatokana na tofauti za uzoefu. Lakini hubadilisha upya mandhari ya hisia.

Upweke pia huimarishwa na kutowezekana kwa kulalamika. Kwa watu wa nje, uhusiano huonekana kuwa na upendeleo. Kueleza kutoridhika kunahatarisha kutoelewana au kupuuzwa. Wenzao huhisi kutengwa si tu kutoka kwa kila mmoja, bali hata kutoka kwa lugha yenyewe.

Hakuna mahali pa kuweka hisia hiyo.

Baadhi ya wanandoa hujibu kwa kuongeza ukaribu—kusafiri pamoja, kufanya kazi pamoja, kuunganisha maisha yao zaidi. Ingawa hii inaweza kutoa nafuu ya muda, mara nyingi huongeza ukali wa tatizo. Bila uwepo wa kihisia, muda mwingi pamoja huongeza hisia ya upweke.

Wengine hujitenga na kuishi maisha sambamba. Huishi pamoja kwa amani lakini kando, wakishirikiana nafasi bila kushirikiana nafsi zao. Mpangilio huu unaweza kudumu kwa miaka mingi, ukidumishwa na mazoea na hofu ya kuvurugika.

Upweke, katika muktadha huu, si wa kusisimua. Ni kimya na wa kudumu.

Hujitokeza katika nyakati ndogo: jumbe zisizojibiwa, mawazo yasiyoshirikishwa, habari za kihisia zinazotolewa kwa kuchelewa sana. Kila tukio ni dogo. Pamoja, huunda mfumo wa kutengana.

Jambo la kusikitisha ni kwamba wenza wote wawili wanaweza bado kuwa na hisia kubwa za upendo. Upendo unabaki. Uaminifu hudumu. Lakini kujali bila kuwa karibu kunasababisha upweke.

Upweke ndani ya uhusiano huumiza hasa kwa sababu unapingana na matarajio. Kuwepo kwa mtu mwingine kunaangazia ukosefu wa uhusiano. Upweke huhisika kama kushindwa kibinafsi badala ya kuwa hali ya kimuundo.

Umaarufu huwazidisha tafsiri hii potofu.

Kwa sababu uthibitisho kutoka nje upo kwa wingi, uhaba wa ndani unakuwa mgumu zaidi kutambua. Wenza wanaweza kuchanganya upweke na kutojitolea shukrani, kuchoshwa, au kutositosheka binafsi.

Kadiri upweke unavyozidi, wapenzi huanza kutafuta utambuzi kwingineko—si lazima kupitia usaliti, bali kupitia kazi, urafiki, au mila za kibinafsi. Nguvu za kihisia huelekezwa upya.

Mwelekeo huu mpya mara nyingi huwa bila kukusudiwa.

Hatimaye, uhusiano hufikia kizingiti. Ama upweke unatambuliwa na kushughulikiwa, jambo linalohitaji majadiliano mapya yasiyofurahisha, au unageuka kuwa umbali wa kudumu.

Kuwa pamoja peke yao kunakuwa hali ya kawaida.

Hali hii huandaa msingi wa mpasuko unaofuata: wakati ambapo upendo unakuwa mzigo badala ya kimbilio.

Sura ya 7: Upendo kama Wajibu

Upendo mara nyingi huelezewa kama chanzo cha nguvu.

Chini ya umaarufu, inaweza kuanza kuhisi kama kufichuliwa.

Kadiri unavyoonekana zaidi, ukaribu huleta hatari. Kilichokuwa faragha kinaweza kuwa wazi kwa umma. Hisia, migogoro, na udhaifu huleta madhara yanayozidi uhusiano wenyewe. Upendo huacha kuwa kimbilio na huanza kuhisi kama kitu kinachoweza kutumiwa, kusomwa vibaya, au kutumika kama silaha.

Mabadiliko haya hayatokei mara moja.

Hii hutokea taratibu, kadri wenza wanavyotambua kuwa ukaribu huleta ushawishi. Kumjua mtu kwa undani kunamaanisha kumiliki taarifa ambazo zinaweza kuharibu sifa, simulizi, au taaluma ikifichuliwa—kwa makusudi au kwa bahati mbaya. Uaminifu huchanganyikana na hofu.

Katika mazingira haya, uwazi wa kihisia unaonekana kuwa hatari.

Wenzao huanza kusimamia kile wanachoshiriki. Huwepuka kufichua mashaka, chuki, au ndoto ambazo zinaweza kutikisa uhusiano au taswira yake ya umma. Ukweli huchujwa kulingana na matokeo yake.

Upendo unakuwa na masharti.

Sharti hili ni la kimafumbo. Halijitangazi kama kujiondoa. Badala yake, huonekana kama tahadhari. Mazungumzo hucheleweshwa. Hisia hupolewa. Migogoro hushughulikiwa kwa njia isiyo ya moja kwa moja au haishughulikiwi kabisa. Ukweli huchujwa kulingana na matokeo yake.Upendo unakuwa wa sharti. Upendo unabaki, lakini unapimwa kwa uangalifu.

Upendo unabaki, lakini unapimwa kwa uangalifu.

Mpenzi maarufu anaweza kuogopa kwamba ukaribu huleta utegemezi—ama ni wake mwenyewe ama ni wa mpenzi wake. Wana wasiwasi kwamba kuhitajika sana kitaleta ukomo wa uhuru au kuongeza hisia za hatia. Upendo huanza kuhisika kuwa mzito.

Mwenzi asiyeonekana sana anaweza kuogopa kwamba ukaribu huunda udhaifu. Kujulikana sana kunahisi si salama wakati nguvu haziko sawa. Upendo huanza kuhisi kuwa na hatari.

Wenza wote wawili hujibu kwa kujilinda.

Kujilinda mara nyingi hujifanya kama ukomavu. Kujizuia kihisia husifiwa. Uhuru husherehekewa. Kutokuwa na uhusiano wa karibu huonekana kama nguvu.

Lakini kujilinda kuna gharama yake.

Wanapopunguza kushirikiana maisha yao ya ndani, uhusiano hupoteza kazi yake kuu: utambuzi wa pande zote. Upendo unakuwa kitu kinachodumishwa badala ya kuishiwa.

Njia nyingine ambayo upendo unakuwa mzigo ni kupitia udhibiti wa simulizi.

Chini ya umaarufu, mahusiano hutafsiriwa kila mara—na vyombo vya habari, mashabiki, sekta, na taasisi. Wenza wanaweza kuhisi shinikizo la kuendana kwa siri na hadithi ya umma. Kutofautiana na hadithi hiyo kunahisiwa kuwa hatari.

Msukumo huu hupunguza upeo wa hisia.

Wenza wanaweza kuepuka kutambua kutokuwa na furaha kwa sababu kunapingana na simulizi ya mafanikio. Wanaweza kubaki pamoja kwa muda mrefu zaidi kuliko ukaribu unavyostahili, wakihofia madhara ya kuvunjika.

Kwa njia hii, upendo unakuwa kizuizi.

Hata hisia chanya zina hatari. Kuonyesha upendo waziwazi sana kunaweza kualika uchunguzi. Kuonyesha kutoridhika kunaweza kualika hukumu. Uonyesho wa hisia unakuwa wa kimkakati.

Kadri muda unavyopita, mkakati huu hupunguza ukaribu.

Upendo pia unakuwa mzigo unapovurugika na tamaa ya mafanikio. Umaarufu unahitaji kupatikana—kwa hadhira, kwa kazi, kwa fursa. Ukaribu unahitaji umakini na maelewano. Mahitaji haya yanaweza kugongana.

Wenza wanaweza kuanza kuona kila mmoja kama kizuizi badala ya mshirika.

Ubadilishaji huu wa mtazamo mara chache huwa wazi. Huonekana katika chuki ndogo ndogo: fursa zilizopotea, maamuzi yaliyocheleweshwa, mambo yanayovuruga hisia. Upendo hulaumiwa kwa migogoro.

Mazungumzo ya ndani hubadilika.

Kile kilichowahi kutoa utulivu sasa kinaonekana kama vizuizi. Kile kilichowahi kutoa maana sasa kinahitaji kukubalika.

Mtazamo huu hupunguza ukarimu.

Wenza hawataki tena kuvumilia usumbufu kwa ajili ya mwenzake. Dhahania zinaonekana kuwa za upande mmoja. Subira inapungua.

Upendo pia unakuwa mzigo unapotishia dhana ya nafsi.

Umaarufu mara nyingi huhitaji mshikamano—utambulisho imara, unaoweza kuuzwa. Ukaribu huvuruga utambulisho kwa kufichua utata, udhaifu, na mabadiliko. Wenzao hushuhudia matoleo ya kila mmoja ambayo hayalingani na sura zao za umma.

Badala ya kuunganisha mwingiliano huu, watu wanaweza kuukandamiza.

Upendo huchukuliwa kama kufichuliwa badala ya kukubalika.

Kwa kujibu, wenza wanaweza kupunguza upatikanaji wa hisia. Wanaonyesha matoleo yaliyochaguliwa yao wenyewe hata nyumbani. Udhaifu hupunguzwa.

Uhusiano huendelea, lakini hauzidi kuwa wa kina.

Katika hatua hii, wanandoa wengi huonekana kuwa na utendaji lakini dhaifu. Huwahi kuvunjika kwa kuepuka ukweli. Uthabiti hudumishwa kwa kuweka umbali.

Umbali huu mara nyingi hauitwi kwa jina.

Kwa nje, uhusiano unaonekana kuwa imara. Faraghani, upendo ni wa tahadhari. Hamu hupunguzwa. Migogoro hudhibitiwa badala ya kutatuliwa.

Upendo hudumu, lakini hauhisi salama tena.

Upendo unapokuwa mzigo, wenzao huanza kujiandaa kwa hasara hata wakiwa pamoja. Mikakati ya kutojitokeza kihisia huibuka. Uhuru hujengwa upya kimyakimya. Mali hutenganishwa. Hadithi hufunzwa.

Maandalizi haya si mara zote huwa ya makusudi.

Zinaakisi upotevu wa imani—si lazima kwa mwenza, bali katika uwezo wa uhusiano kushikilia ukweli bila kuharibika.

Hatua hii inaashiria mgeuko.

Kuanzia hapa, mahusiano ama yanajadiliana upya ukaribu chini ya masharti mapya, au yanaendelea kuelekea kwenye uhalisia unaoonekana hadharani—ambapo kuanguka kwa upendo si jambo la faragha tena, bali linaonekana wazi.

Uonekano huo huanzisha mabadiliko ya mwisho: kubadilishwa kwa ukaribu kuwa onyesho.

Sura ya 8: Wakati Ukaribu Unapokuwa Maudhui

Kuna wakati ambapo uhusiano huacha kuishi na kuanza kutazamwa.

Muda huu mara chache huchaguliwa. Hufika wakati ugumu wa faragha unapokutana na tamaa ya umma—wakati udhaifu unapokuwa wazi, unaoweza kuuzwa, na kushirikiwa. Ukaribu, uliokuwa umehifadhiwa, hubadilishwa kuwa nyenzo.

Umaarufu huwezesha mabadiliko haya.

Wahusika wamefunzwa kutumia simulizi za kibinafsi. Hufuatilia hadithi za mapenzi kama mfululizo, wakifuatilia mwanzo, migogoro, na miisho kwa kuwekeza hisia zao. Mifumo ya vyombo vya habari hutoa thawabu kwa uwazi. Majukwaa huchochea ufunuo. Kimya huchukuliwa kama mkakati.

Chini ya hali hizi, mahusiano hupoteza faragha yao kiotomatiki.

Mashaka yanapojitokeza—kupitia kutokuwepo, uvumi, au mabadiliko madogo—yanahimiza dhana. Kila ishara inakuwa ushahidi. Kila picha huchanganuliwa. Ukaribu haubaki kuwa hisia ya ndani tena, bali hufasiriwa na wengine kutoka nje.

Mabadiliko haya hubadilisha tabia.

Wenzao huanza kutambua kuwa maingiliano yao ya faragha siku moja yanaweza kuchunguzwa. Huanza kujihifadhi bila kujitambua—wakichagua maneno, kuhifadhi jumbe, na kujiandaa kwa maelezo. Kumbukumbu inakuwa ushahidi.

Upendo unakuwa kumbukumbu.

Kitendo cha kukumbuka hubadilika. Nyakati si za kupita tu tena; zinahifadhiwa dhidi ya shutuma au tafsiri potofu za baadaye. Uhuru wa kihisia hupungua kadiri utabiri wa simulizi unavyoongezeka.

Katika mazingira haya, kurekebisha inakuwa vigumu.

Urekebishaji unahitaji faragha. Unategemea uwezo wa kujaribu kuomba msamaha, kusamehe, na kuleta mabadiliko bila mashahidi. Wakati ukaribu unapokuwa na yaliyomo, makosa yanahisi kuwa ya kudumu. Ukuaji unahisi kuwa hauwezekani. Watu wanaosikiliza wanakumbuka kile ambacho wenza wanajaribu kukua na kuacha.

Mzozo, ukishakuwa mgumu kudhibiti, huchukua sura kubwa zaidi.

Mikosano midogo hujaa maana za kiishara. Matatizo ya kawaida huelezwa upya kama ugonjwa. Wenzao huanza kubishana si tu wao kwa wao, bali pia na wachambuzi wanaowadhania.

Mienendo hii inahimiza mgawanyiko.

Uhalisia unapotea. Uchangamano unaburuzwa. Mwenzi mmoja anakuwa mhusika mkuu; mwenzake, anakuwa tatizo. Majukumu yanakuwa magumu kwa sababu ni rahisi kuyaelewa na kuyasambaza.

Shinikizo la kudhibiti simulizi linazidi.

Taarifa za umma huandaliwa. Kimya ni cha kimkakati. Washirika huandaliwa. Kile kilichokuwa uhusiano huwa majadiliano ya sifa.

Mchakato huu hudhoofisha ukaribu.

Uaminifu hupungua wakati washirika wanapohisi kuwa mazungumzo yao ya faragha yanaweza kutumika tena kwa madhumuni mengine. Kuwa dhaifu huhisi kutokuwa salama. Kujizuia kihisia kunakuwa na mantiki.

Hata majaribio ya kuwa mkweli yanashukiwa.

Maombi ya msamaha huchukuliwa kama usimamizi wa taswira. Maonyesho ya maumivu hushtakiwa kuhusu nia. Uhusiano unapoteza mamlaka yake ya ndani.

Katika migogoro mingi ya kutengana ya watu mashuhuri, hasara yenye maumivu zaidi si uhusiano wenyewe, bali ni kutoweza kuomboleza kwa faragha. Huzuni huigizwa au kupingwa. Uponyaji unakuwa ratiba ya umma badala ya kuwa mchakato wa kibinafsi.

Ukaribu unapokuwa maudhui, wenza hwalazimishwa kuchukua majukumu ambayo hawakuyachagua.

Mmoja anaweza kuonekana kama mwathirika, na mwingine kama mhusika mkuu mwovu. Au wote wawili hupunguzwa kuwa alama—wakilishaji wa usaliti, tamaa, kutokuwa na utulivu, au kudorora. Nafasi hizi hurahisisha uzoefu lakini hupotosha ukweli.

Kuishi ndani ya simulizi kunazuia uwezo wa kuchukua hatua.

Wenza wanaweza kuanza kuenenda kulingana na matarajio, hata wakati tabia hizo hazionyeshi uhalisia wao wa ndani. Utambulisho unaporomoka na kuwa hadithi.

Wahusika hawaoni mara nyingi ukarabati.

Upatanisho hauna drama. Mabadiliko ya polepole hayavuti. Kustahimili kimya hakivuti ushiriki. Matokeo yake, umakini wa umma unapendelea mpasuko kuliko utatuzi.

Upendeleo huu huunda matokeo.

Wapenzi wanaweza kuhisi kwamba kuendelea pamoja kunahitaji maelezo ya mara kwa mara, ilhali kutengana kunahitaji tu uthibitisho. Kuishia uhusiano kunakuwa rahisi kuliko kuudumisha chini ya uchunguzi.

Ukaribu, ukishageuzwa kuwa maudhui, hupinga kuunganishwa tena.

Hata baada ya kutengana, uhusiano huo huendelea kuwepo hadharani—kupitia mahojiano, tathmini za nyuma, na kumbukumbu za kitamaduni. Wapenzi wa zamani hubaki wamefungwa na simulizi ya pamoja ambayo hawawezi kuitoroka kikamilifu.

Kuonekana huku kunokaa kunafanya iwe vigumu kufikia hitimisho.

Maana ya faragha hufunikwa na tafsiri ya umma. Watu binafsi wanapambana kurejesha hadithi zao wenyewe.

Gharama ni kubwa sana.

Upendo unapokuwa onyesho, upotevu wake huongezeka. Wapenzi hawapotezi tu kila mmoja, bali pia umiliki wa yaliyopita yao.

Mabadiliko haya yanaashiria hatua isiyoweza kurudi nyuma.

Kuanzia hapa, mahusiano hayaishi kimya. Yanavunjika kwa kelele, yakiacha nyuma simulizi zinazounda ukaribu wa baadaye.

Sura inayofuata inageukia kile kinachobaki baada ya kuanguka: utambulisho, kumbukumbu, na kazi ndefu ya kujirejesha.

Sura ya 9: Baada ya Makofi

Uhusiano unapomalizika chini ya umaarufu, hauhitimishwa.

Inasambaratika.

Utenganisho rasmi—iwe umetangazwa au umedokezwa—huashiria tu mwanzo wa mchakato mrefu zaidi. Watu wanaendelea kuangalia. Hadithi inaendelea. Kile kilichokuwa kikiwa kimeambatanishwa sasa kipo katika vipande vipande, vikisambaa zaidi ya uwezo wa wale waliouishi.

Baada ya makofi kupungua, watu hubaki na ukimya wa kinyume. Umakini wa umma unaweza kupungua, lakini hauondoki kabisa. Uhusiano huo hubaki kama kigezo, funzo la tahadhari, au hadithi isiyokamilika.

Huzuni katika hali hizi hupotoshwa.

Mwisho wa kawaida huruhusu faragha. Huruhusu kumbukumbu za kuchagua, marekebisho, na kusahau. Mwisho maarufu hupora huruma hii. Yaliyopita huhifadhiwa, yanaweza kutafutwa, na kurudiwa. Uponyaji lazima ufanyike katika uwepo wa rekodi.

Mzigo huu wa kumbukumbu hufanya maombolezo kuwa magumu.

Watu hutarajiwa kuonyesha ustahimilivu haraka. Kupona kunakuwa ni kuigiza. Mwanzo mpya huchunguzwa kwa makini kutafuta maana. Muda hauruhusiwi kufanya kazi yake kimyakimya.

Wengi huelezea hisia ya kupotea katika wakati.

Uzoefu wa ndani wa hasara hujitokeza polepole, na kwa namna isiyo sawa. Matarajio ya nje ni ya kupata mwelekeo mara moja. Watu wanaombwa kujieleza kabla hata ya kujielewa wenyewe.

Utambulisho, uliokuwa umeunganishwa na ushirika, lazima ujengwe upya.

Kazi hii ni ngumu katika mgawanyiko wowote. Chini ya umaarufu, inakuwa kubwa zaidi. Uhusiano huo mara nyingi ulikuwa hadithi ya utulivu—uthibitisho wa hali ya kawaida, mwendelezo, au ukombozi. Kutokuwepo kwake kunatengeneza ombwe la tafsiri.

Watu binafsi wanaweza kuhisi shinikizo la kujieleza upya hadharani kabla ya kufanya hivyo faraghani.

Wengine hujibu kwa kukumbatia ubunifu mpya. Mtindo mpya, miradi, na mahusiano huanza kama ishara za uboreshaji. Ingawa hii inaweza kuwa chanzo cha ubunifu, pia inaweza kupuuza huzuni.

Wengine hurudi nyuma.

Wanajiondoa machoni pa umma, wakitafuta kutotambulika kama njia ya kurekebisha. Kujiondoa huku mara nyingi hupotoshwa na kufasiriwa kama kuepuka au kukata tamaa. Kwa kweli, inaweza kuwa ni marekebisho muhimu.

Kumbukumbu inakuwa eneo la mzozo.

Wenza wa zamani wanaweza kukumbuka matukio yale yale kwa njia tofauti. Hadithi za umma hupendelea uwazi kuliko utata, na hivyo kuhimiza maelezo yaliyorahisishwa. Tofauti ndogo hutolewa ili kupata mshikamano.

Urahisishaji huu unaweza kuhisiwa kama kufutwa.

Wakati toleo moja la yaliyopita linaposhika nguvu, jingine hurudi nyuma. Watu binafsi wanaweza kupata shida kushikilia kumbukumbu zao wenyewe dhidi ya tafsiri ya pamoja.

Gharama ya kihisia ni kubwa.

Watu huelezea hisia ya kutokuwa halisi—ya kuishi maisha ambayo si yao tena. Nyakati za karibu huhisi mbali, zimefinywa na urudiaji na maoni.

Kurejesha uhalisia wa ndani kunakuwa muhimu.

Mchakato huu unahusisha kutenganisha uzoefu halisi kutoka kwa simulizi ya umma. Unahitaji ujasiri wa kuvumilia utata, na kukubali kwamba ukweli wa mtu huenda usitambuliwe na wote.

Wengine hupata faraja katika mahusiano ambayo hayapo kabisa mbele ya umma. Mahusiano haya hutoa nafuu kutokana na maelezo. Hurejesha uwezekano wa kujulikana bila kufasiriwa.

Wengine hupata shida kuamini tena ukaribu.

Kumbukumbu ya kufichuliwa inadumu. Udhaifu unaonekana kuwa hatari. Upendo hushughulikiwa kwa tahadhari, kama utapatikana kabisa.

Uangalifu huu unaeleweka.

Hata hivyo, hamu ya kuungana inaendelea kuwepo. Wanadamu hawajaumbwa kubaki peke yao. Changamoto iko katika kurejea katika ukaribu bila kurudia hali zilizosababisha hasara.

Baada ya makofi, watu hukabiliwa na chaguo.

Wanaweza kuendelea kufafanuliwa na mwisho wa uhusiano wao hadharani, au wanaweza kuchukua kazi polepole ya kutafuta maana kwa faragha. Njia ya pili ni tulivu na haionekani sana, lakini inadumu zaidi.

Kazi hii mara chache huwa ya mstari mmoja.

Kuna nyakati za uwazi zinazofuatiwa na kurudi tena kwenye mkanganyiko. Maendeleo huambatana na hamu. Ufungaji, unapofika, huwa ni wa sehemu.

Kinachodumu ni alama iliyobaki.

Umaarufu haufuti upendo; hubadilisha maisha yake ya baadae. Mahusiano huendelea kuunda utambulisho muda mrefu baada ya kuvunjika.

Kazi si kusahau, bali ni kuunganisha.

Sura ya mwisho inageukia muunganiko huu—maana ya kupenda tena baada ya umaarufu, na kama ukaribu unaweza kujengwa upya kwa masharti tofauti.

Sura ya 10: Kupenda Bila Mashahidi

Upendo, katika hali yake ya kudumu zaidi, haujashuhudiwa.

Sio kufichwa, bali haionekani—huru kutokana na shinikizo la kuashiria, kuhalalisha, au kuigiza. Huwepo katika nyakati zisizohitaji tafsiri. Hudumu kwa sababu huruhusiwa kuwa isiyo kamilifu.

Umaarufu hupinga hali hii.

Katika kitabu hiki chote, tumefuatilia jinsi kuonekana kunavyobadilisha ukaribu: jinsi uwepo unavyopisha utendaji, mamlaka inavyochukua nafasi ya usawa, tamaa inavyopungua chini ya uangalizi, upweke unavyotawala ndani ya kuwa pamoja, upendo unavyokuwa hatari, ukaribu unavyogeuka kuwa maudhui, na athari zikidumu bila kikomo.

Swali linalobaki si kama umaarufu unaharibu upendo, bali kama upendo unaweza kuishi na umaarufu bila kubadilika kimsingi.

Jibu ni tata.

Baadhi ya mahusiano hudumu. Hufanya hivyo si kwa kupuuza athari za umaarufu, bali kwa kuzipinga kikamilifu. Mahusiano haya hutambua kwamba ukaribu chini ya mwonekano unahitaji ulinzi wa makusudi.

Ulinzi huanza na mipaka.

Sio mipaka ya kuigiza inayotangazwa hadharani, bali mipaka inayozingatiwa na kutendwa faraghani. Wapenzi wanaohifadhi ukaribu hupunguza kile wanachoshiriki, hata pale ushiriki unapokuwa na thawabu. Huwapinga msukumo wa kusimulia uhusiano wao ili ulimwengu wa nje uufurahie.

Wanakuza pia ulinzi wa muda.

Muda usio na mpangilio, usio na tija—muda usio na ajenda, matokeo, au kumbukumbu. Muda huu mara nyingi huchukuliwa kuwa wa kutupwa chini ya umaarufu, lakini ni muhimu kwa maisha ya uhusiano.

Sharti jingine ni ufahamu wa kutokulingana.

Wanandoa wanaodumu wanatambua tofauti za nguvu badala ya kujifanya kuna usawa ambapo haupo. Wanataja ukosefu wa usawa mapema na kujadiliana upya mara kwa mara. Wanakataa kuruhusu umaarufu au mapato kuamua mamlaka ya kihisia.

Ukweli huu haufurahishi.

Inavuruga simulizi za ushirikiano usio na juhudi. Lakini inazuia chuki isijengeke.

Ukaribu endelevu pia unahitaji kuachana na mwelekeo wa hadhira.

Washirika lazima wachague kila mmoja badala ya umati mara kwa mara—sio kama ishara kubwa, bali kama mazoezi ya kila siku. Chaguo hili linaweza kusababisha mashabiki, majukwaa, au sekta kukata tamaa. Linaweza pia kusababisha kuwa hawaeleweki kwa urahisi.

Uelewa una gharama.

Umaarufu huzawadia mshikamano. Upendo hupaa katika kinyume. Ili kubaki wa karibu, watu binafsi lazima wajiruhusu kuwa na mabadiliko zaidi, wasiouzike zaidi, wasioeleweka zaidi.

Kujisalimisha huku kunaweza kuhisi kama hasara.

Lakini mara nyingi ni mabadilishano ya lazima.

Sharti jingine ni urejeshaji wa maisha ya ndani.

Watu wanaodumisha mila zao binafsi, mawazo, na urafiki nje ya uhusiano huleta utimilifu badala ya upungufu katika ukaribu. Hawaitaji ushirika kubeba utambulisho wao wote au mahitaji yao ya kihisia.

Utengano huu huimarisha uhusiano.

Upendo bila mashahidi pia unahitaji ufafanuzi upya wa mafanikio.

Badala ya kupima afya ya uhusiano kwa urefu wake, sifa ya umma, au muafaka wa urembo, wapenzi wanaodumu hutathmini ukaribu kwa kutegemea usalama unaohisiwa, uaminifu, na uwezo wa kubadilika. Vigezo hivi havipitii.

Zimefichwa kwa makusudi.

Hata hivyo, kwa wengi, kupenda bila shahidi haiwezekani ndani ya miundo ya sasa ya umaarufu.

Gharama ni kubwa mno. Majitoleo si sawa. Ufuatiliaji ni wa kudumu mno. Kuchagua ukaribu kunaweza kuhitaji kujiondoa—kutoka kwenye majukwaa, kutoka kwenye mwonekano, kutoka kwa utambulisho unaotolewa na umaarufu.

Chaguo hili mara chache huelezwa kama mafanikio.

Hata hivyo, inaweza kuwa kitendo cha kujihifadhi zaidi kinachopatikana.

Wengine huchagua njia tofauti.

Wanakubali kwamba mahusiano chini ya umaarufu yatakuwa na upungufu. Wanathamini ushirika kuliko muunganiko, uaminifu kuliko udhaifu, utulivu kuliko undani. Mipangilio hii inaweza kuwa ya kimaadili na endelevu ikiwa itaanzishwa kwa uaminifu.

Hatari iko katika kutokuelewana kwa matarajio.

Mateso hutokea watu wanapotafuta upendo usio na mashahidi ndani ya miundo isiyoweza kuuunga mkono.

Kitabu hiki si hoja dhidi ya tamaa au utambuzi.

Ni mwaliko wa kutafakari upya kile kinachobadilishwa kwa ajili yao.

Umaarufu hutoa mwangaza, ufikiaji, na uthibitisho. Upendo hutoa mshikamano, hatari, na mabadiliko. Nguvu hizi zinapokinzana, lazima kitu fulani kinyonge.

Kile umaarufu mara nyingi huchukua kutoka kwa upendo si upendo, bali uhuru.

Uhuru wa kutokamilika. Uhuru wa kutokuwa na msimamo. Uhuru wa kukosea bila matokeo.

Kupenda bila mashahidi ni kudai tena uhuru huu.

Kwa wengine, urejeshaji huu hutokea ndani ya umaarufu, kupitia kuweka mipaka isiyoyumba na kujiondoa kwa makusudi. Kwa wengine, hutokea tu baada ya kujiondoa.

Hakuna suluhisho la ulimwengu wote.

Lakini kuna ukweli wa ulimwengu.

Upendo hauhitaji makofi.

Inahitaji uwepo, faragha, na ruhusa ya kubadilika.

Wakati masharti haya yanadumishwa, ukaribu unaendelea kuwa wawezekano—hata katika kivuli cha umaarufu.

Bila yao, upendo unaweza kuendelea, lakini utakuwa hafifu, wenye kelele, na dhaifu zaidi.

Chaguo, linapokuwepo, ni kimya.

Na daima hufanywa mbali na macho.

Coda

Baadhi ya vitu hudumu tu havitazamwi tena.

Wakati hadhira inapoondoka, kitu kisichojulikana hutokea.

Ukimya unarejea—sio ukimya wa kutokuwepo, bali ukimya wa wakati usio na kipimo. Hakuna mwitikio unaofuata tabia. Hakuna kumbukumbu inayohifadhi wakati huo. Hakuna kinachohitaji kuelezwa.

Kwa wale waliotumia maisha yao wakiwa mbele ya macho ya umma, utulivu huu unaweza kuhisiwa kama unayumbaisha. Bila tafakari, bila mwitikio, nafsi huhisi kwa muda mfupi imepoteza mwelekeo. Upendo, pia, huonekana kuwa na sintofahamu. Nini hubaki wakati hakuna anayechunguza?

Swali hili hubaki baada ya umaarufu, lakini pia lipo kabla yake. Linahusu kila uhusiano ulioundwa na matarajio ya nje—ya familia, jamii, utamaduni, au tamaa. Umaarufu huweka wazi tu kile kilichokuwepo tayari.

Kile ambacho upendo huomba katika utulivu ni tofauti na kile kinachodai chini ya mwangaza.

Inahitaji uvumilivu badala ya utendaji. Ili kuendana badala ya kuthibitishwa. Ili kuvumilia utata badala ya uwazi wa hadithi. Inawaomba wenzao kubaki bila makofi na kuondoka bila kutoa sababu.

Wengi hugundua, kwa kuchelewa mno, kwamba wamesahau jinsi ya kuwa bila kushuhudiwa.

Huchanganya faragha na upweke. Huchanganya amani na kukwama. Hutafuta mfumo pale ambapo kuna uhuru.

Kujifunza upya ukaribu bila watazamaji ni aina ya maombolezo. Kunahitaji kuomboleza nafsi iliyokuwa ikionekana, ikisherehekewa, au kueleweka kupitia macho ya wengine. Kunahitaji kukubali kwamba baadhi ya aina za upendo hufanya kazi tu chini ya shinikizo—na kwamba aina hizo haziwezi kustahimili utulivu.

Utambuzi huu si kushindwa.

Ni utambuzi.

Baadhi ya mahusiano huisha si kwa sababu upendo unapotea, bali kwa sababu masharti yaliyoyashikilia hayapo tena. Mengine hudumu kwa sababu yanaruhusiwa kubadilisha umbo wakati mwanga unapofifia.

Hakuna daraja la kimaadili hapa. Kuna matokeo tu.

Utamaduni mara nyingi huuonesha kujitenga kama hasara. Huelewa vibaya kile kinachokuwa kinarejeshwa. Faragha si kujiondoa; ni urejesho. Kimya si kufutwa; ni uwezo.

Kupenda kwa utulivu ni kukubali kwamba ukaribu hautawahi kujulikana kikamilifu—siyo na wengine, na wakati mwingine hata na wale walio ndani yake. Kutokujua huku si tishio. Ni nafasi ambapo imani huishi.

Ikiwa kitabu hiki kimefuatilia kile umaarufu kinachokiondoa upendo, sehemu hii ya mwisho inaashiria kile kinachoweza kubaki.

Kinachobaki ni uchaguzi wa kuwepo bila ushahidi.

Kuzungumza bila kumbukumbu.

Kuhisi bila tafsiri.

Kupenda bila shahidi.

Na kuelewa kwamba aina hii ya upendo—isiyo ya kipekee, isiyo na ushahidi, na isiyojirudia—si ndogo kuliko ile iliyotangulia.

Ni huru zaidi.

Kuhusu mwandishi

Timothée Luwewe ni mwandishi ambaye kazi zake zinachunguza ukaribu, mamlaka, na utambulisho katika maisha ya umma. Maandishi yake yanachunguza jinsi miundo ya kitamaduni—umaarufu, mwonekano, vyombo vya habari, na mafanikio—inavyounda upya kwa utulivu uzoefu wa kibinafsi, mara nyingi muda mrefu kabla ya mabadiliko hayo kuitwa au kueleweka.

Kile Umaarufu Kilichokitwaa Upendo kinaakisi shauku yake endelevu kuhusu gharama za kihisia za kutambuliwa na matokeo ya kisaikolojia ya kuonekana. Akichota kutoka kwa uchambuzi wa kitamaduni badala ya toba, kazi yake inapinga maonyesho makubwa na kupendelea usahihi, kiasi, na uwazi. Anajishughulisha hasa na jinsi maisha ya kisasa yanavyobomoa mpaka kati ya maisha ya ndani na yale ya umma, na kile kinachopotea faragha inapokuwa adimu.

Kazi ya Luwewe inawahusisha wasomaji wanaozingatia lugha, ukimya, na maadili ya umakini. Anaandika akiwa na imani kwamba baadhi ya hasara zenye athari kubwa katika maisha ya kisasa hutokea si kwa janga, bali kwa uchakavu wa taratibu—wakati upendo, utambulisho, na nafsi zinaposhindwa kutekeleza jukumu lao.

Kile Umaarufu Kilichochukua kutoka kwa Upendo ni kitabu chake cha hivi karibuni.

Marejeleo

Arendt, Hannah. *The Human Condition*. University of Chicago Press, 1958.

Bauman, Zygmunt. *Liquid Love: On the Frailty of Human Bonds*. Polity Press, 2003.

Benjamin, Walter. *Illuminations*. Translated by Harry Zohn, Schocken Books, 1968.

Berlant, Lauren. *Cruel Optimism*. Duke University Press, 2011.

Bourdieu, Pierre. *On Television*. The New Press, 1998.

Debord, Guy. *The Society of the Spectacle*. Zone Books, 1994.

Dworkin, Andrea. *Intercourse*. Free Press, 1987.

Ehrenreich, Barbara. *Bright-Sided: How the Relentless Promotion of Positive Thinking Has Undermined America*. Metropolitan Books, 2009.

Foucault, Michel. *The History of Sexuality, Volume I*. Vintage Books, 1990.

Goffman, Erving. *The Presentation of Self in Everyday Life*. Anchor Books, 1959.

Han, Byung-Chul. *In the Swarm: Digital Prospects*. MIT Press, 2017.

Illouz, Eva. *Consuming the Romantic Utopia*. University of California Press, 2007.

Illouz, Eva. *Cold Intimacies: The Making of Emotional Capitalism*. Polity Press, 2007.

Jamison, Leslie. *The Empathy Exams*. Graywolf Press, 2014.

Lasch, Christopher. *The Culture of Narcissism*. W. W. Norton & Company, 1979.

Nelson, Maggie. *The Argonauts*. Graywolf Press, 2015.

Sennett, Richard. *The Fall of Public Man*. W. W. Norton & Company, 1977.

Sontag, Susan. *On Photography*. Farrar, Straus and Giroux, 1977.

Tolentino, Jia. *Trick Mirror: Reflections on Self-Delusion*. Random House, 2019.

Turkle, Sherry. *Alone Together*. Basic Books, 2011.

Žižek, Slavoj. *The Pervert's Guide to Ideology*. Verso Books, 2012.

Yaliyomo

Don't miss out!

Visit the website below and you can sign up to receive emails whenever Timothée Luwewe publishes a new book. There's no charge and no obligation.

https://books2read.com/r/B-A-EHCK-KZJZI

Connecting independent readers to independent writers.

Did you love *Kile Umaarufu Kilichochukua kutoka kwa Upendo*? Then you should read *The Cost of Loving A Celebrity*[1] by Timothée Luwewe!

[2]

The Cost of Loving a Celebrity is a piercing, intimate examination of what happens when private love is forced to survive inside public life. Moving beyond glamour and gossip, the book explores the emotional, psychological, and structural toll paid by those who love people whose careers demand constant visibility, access, and control.

Blending cultural analysis, narrative journalism, and memoir-style insight, the book traces the full lifecycle of celebrity relationships—from the early days before fame hardens intimacy, through the moment the world enters the relationship, to the quiet, often invisible decisions to stay, endure, or leave. Each chapter reveals how fame alters power

---

1. https://books2read.com/u/boln2R
2. https://books2read.com/u/boln2R

dynamics, erodes privacy, and reshapes love into something that must perform, justify itself, and survive under scrutiny.

Through legally safe, thoughtfully framed case studies involving actors, musicians, athletes, and public figures—including Beyoncé and Jay-Z, Princess Diana and the British monarchy, Nicole Kidman and Tom Cruise, Jennifer Aniston and Brad Pitt—the book exposes recurring patterns: narrative captivity, emotional labor disguised as loyalty, infidelity amplified by rumor economies, and the unequal costs of ambition. These stories are not treated as scandal, but as evidence of a larger system that privileges output over presence and visibility over care.

As the book moves into its later sections, it confronts the aftermath: the decision no one sees, the steep exit costs, the struggle to reclaim identity after public intimacy, and the rare but radical choice to love without an audience. It asks difficult questions about endurance, forgiveness, authorship, and whether staying is strength—or simply survival.

At its core, ***The Cost of Loving a Celebrity*** is not an indictment of fame or of those who achieve it. It is an argument against romanticizing the conditions that quietly make love unlivable. Clear-eyed, compassionate, and unsentimental, the book offers readers—famous or not—a language for recognizing when love enlarges a life, and when it begins to erase it.

Also by Timothée Luwewe

Amor y rupturas
Lo que la fama le quitó al amor
Intimidad sin privacidad

Amour & Séparation
Ce que la célébrité a arraché à l'amour
Intimité Sans Vie Privée

Liebe & Trennungen
Was der Ruhm der Liebe genommen hat

Love & Breakups
What Fame Took From Love
The Cost of Loving A Celebrity
Love, Lies and Lawsuits
Why Celebrity Relationships Don't Last
Loving a Brand, Not a Person
Breakups Played Out in Public

Famous Love Stories That Failed
What Marriage Costs Us
Intimacy Without Privacy

Mapenzi na kuvunjika kwa mahusiano
Kile Umaarufu Kilichochukua kutoka kwa Upendo
Gharama ya Kupenda Mtu Mashuhuri

الحب والانفصال
ما أخذته الشهرة من الحب

����� �� �������
��������� �� ����� �� ���� ���
����

Standalone
La Destruction D'une Maison

www.ingramcontent.com/pod-product-compliance
Lightning Source LLC
LaVergne TN
LVHW060306051026
849517LV00003B/987
* 9 7 9 8 2 3 3 2 6 9 4 0 0 *